ዴሪክ ፕሪንስ

የእግዚአብሔር ማዳን ለተተውና ለተናቁ

GOD’S REMEDY FOR REJECTION

የተተውትንና የተገለሉትን ሁሉ

እግዚአብሔር ያድናቸዋል!

"He has made us accepted in the Beloved."

Ephesians 1:6 NKJV

This edition 2018, Derek Prince Ministries - UK

DPM-UK PO Box 393, HITCHIN, SG5 9EU, United Kingdom

በዴሪክ ፕሪንስ ሚኒስትሪስ የታተመ

ISBN 978-1-78263-193-4

Product Code B41AMH

www.derekprince.com

ዴሪክ ፕሪንስ

የእግዚአብሔር ማዳን ለተተውና ለተናቁ

GOD'S REMEDY FOR REJECTION

የተተውትንና የተገለሉትን ሁሉ

እግዚአብሔር ያድናቸዋል

ትርጉም - በተስፋዬ ሳህሌ

እርማት - የማንብርሃን እንዳለ (ፓስተር)

ማውጫ

ርዕስ ገጽ

ምዕራፍ አንድ

የመገለል ወይም የመድልዎ አይነት

ሁላችንም በአንድም ጊዜ ይሁን በሌላ ጊዜ መድልዎ ወይም መገለል አጋጥሞናል፡፡ ነገር ግን ብዙዎቻችን ዓይነቱንና ውጤቱንም ለመረዳት ያስቸግረናል፡፡ ምናልባት ያጋጠመህ መድልዎ ቀላል ሊሆን ይችላል፣ ወይም ደግሞ ከባድና አውዳሚ ሆኖ ህይወትህን በሙሉ የጎዳ ሊሆን ይችላል፣ ወይም ደግሞ በግንኙነትህ ላይ ተጽዕኖ ያደረገ ሊሆን ይችላል፡፡

ቀጥሎ በጣም የተለመዱ ምሳሌዎችን እናያለን፡፡ በትምህርት ቤት የእስፖርት ቡድን ለመሳተፍ ፈልገህ አልተመረጥክ ይሆናል፣ ወይም ደግሞ የመጀመሪያ ፍቅረኛህ/ሽ/ ወሳኝ በሆነ ቀጠሮ ላይገኝ ይችላል፡፡ ምክንያቱም ሳትሰጥ/ሳይሰጥህ የመረጥከው ኮሌጅ ገብተህ ለመማር ተቀባይነት አላገኘህ ይሆናል፣ ከስራህ ያለበቂ ምክንያት ትርፍ ሠራተኛ ነህ ተብለህ ተሰናብተህ ይሆናል፡፡ ከነዚህ ምሳሌዎች ሁሉ የከፋው ደግሞ ከአባትህ ምንም ዓይነት ፍቅር እንዳላገኘህ የሚሰማህ የህመም ስሜት ነው፡፡ እናትህ ደግሞ እንደማትፈልግህ ሲሰማህ ወይም ደግሞ ጋብቻህ በፍቺ ሲፈፀም ነው፡፡

አውቀሃቸው ወይም ሳታውቃቸው ወይም ሳትረዳ ሊሆን ይችላል፡፡ ነገር ግን እነዚህን የመሳሰሉ

ችግሮች ቋሚ የሆነ ጠባሳ ወይም ቁስል ትተው ያልፋሉ፡፡ እኔ የምሰራች ዜና ለእናንተ አለኝ፤ እግዚአብሔር ከመገለልና ከመድልዎ ቁስል ሊፈውሳችሁ ይችላል፣ ራስህንም አንድትቀበል ይረዳሃል፣ ለሌሎች ፍቅር እንድታሣይም ያስችልሃል፡፡ ነገር ግን እርዳታውን ከመቀበልህ በፊት የችግርህን ዓይነት ለይተህ ማወቅ ይኖርብሃል፡፡

መድልዎ ወይም መገለል ትርጉሙ የመጠላትና ያለመፈለግ ስሜት ነው፡፡ ሰዎች እንዲወዱህ ትፈልጋለህ ወይም ትመኛለህ፡፡ ነገር ግን እንደማይወዱህና እንደማይፈልጉህ ትረዳለህ፤ የአንድ ቡድን አባል መሆን ትፈልጋለህ፣ ነገር ግን በቡድኑ ውስጥ እንዳልተሳተፍክ ትረዳለህ፤ አንዳንድ ጊዜ ከውጭ ሆነህ ወደ ውስጥ ተመልካች ብቻ ትሆናለህ፡፡

ከመድልዎና ከመገለል ጋር የሚቀራረበው ትርጉም ደግሞ የክህደትና የኃፍረት ቁስል ነው፡፡ ሁለቱም ለቆሰለው ሰው አንድ ዓይነት ስሜት የሚፈጥሩ ናቸው፡፡ የመገለል ወይም ያለመፈለግ ስሜትን ይፈጥራሉ፡፡ አንዳንድ ጊዜ ያለመፈለግ ወይም መገለል በጣም ስለሚያቆስል አእምሮ በእርሱ ላይ ትኩረት ማድረግ አይፈልግም፡፡ በመንፈሳችን ውስጥ ከአእምሮ የጠለቀ ከማስታወስ ችሎታም በላይ ነው፡፡ የምሳሌ መጽሐፍ እንዲህ በማለት ይገልፀዋል፣

ደስ ያለው ልብ ፊትን ያበራል በልብ ሐዘን ግን ነፍስ ትሰበራለች (ምሳሌ15፥13)

ፀሐፊው በተጨማሪ የተሰበረ መንፈስ እንዴት አድርጎ አንድን ሰው እንደሚጎዳ ነው የፃፈው፡፡ የሰው ነፍስ ህመሙን ይታገሣል የተቀጠቀጠን መንፈስ ግን ማን ያጠነክረዋል (ምሳሌ18፥14)

ደስተኛ መንፈስ አንድን ሰው በትልቅ ችግር ውስጥ ቢሆንም እንኳ ይረዳዋል፡፡ ነገር ግን የተሰበረ መንፈስ ህይወትን ይጎዳል፣ያሽመደምዳል፡፡ ማህበረሰባችን በግንኙነት ጉዳይ ላይ ትልቅ ችግር ውስጥ ገብቷል፤ ውጤቱም መቁሰልና መገለል ነው፡፡

ሰይጣን ቅድሚያ-እውቀት እንዳለው አምናለሁ፡፡ እግዚአብሔር ሊጠቀምብህ እንደሚፈልግ በቅድሚያ ያውቃል፣ ስለዚህ የመጀመሪያውን ጡጫ ሊያሳርፍብህ ይፈልጋል፤ ይህንን የሚያደርገውም ወደፊት በክርስቶስ የምትሆነውን በቅድሚያ ስለሚያውቅና ስለሚፈራ ነው፡፡ ስለዚህ ተስፋ አትቁረጥ፡፡ እኔ በልምምድ ያጋጠመኝ ነገር አለ፤ በዝቅተኛ ስፍራ ያሉት ሰዎች ፍፃሜያቸው በከፍተኛ ሥፍራ ላይ እንደሚሆን ለማወቅ ችያለሁ፡፡

ራሱን ከፍ የሚያደርግ ሁሉ ይዋረዳልና ራሱን ግን የሚያዋርድ ከፍ ይላል (ሉቃ 18፥14)

በማቴዎስ ወንጌል ኢየሱስ ክርስቶስ ስለአንተ የሚያስበውን የሚገልጽ ቁጥር አለ፡፡

ብዙ ህዝብም ባየ ጊዜ እረኛ እንደሌላቸው በጎች ተጨንቀው ተጥለውም ነበርና አዘነላቸው (ማቴ 9፡36)

‹‹ርህራሄ›› የሚለው የግሪኩ ቃል ሲተረጎም በሚያስደንቅ ሁኔታ ኃይል አለው፡፡ ከሰው ሆድ አካባቢ አንድ ተጨባጭ የሆነ እንቅስቃሴ እንደሚፈጠር ያሣያል/ይገልጣል፡፡ ‹‹በርህራሄ የተሞላ ሰው›› ዝም ብሎ ቆሞ አይመለከትም፤ አንድ ነገር ማድረግ አለበት፡፡ ኢየሱስ ልቡ የተነካው ለምንድን ነው? እረኛ እንደሌላቸው ልጆች ደክሞአቸው ተበታትነው ስላያቸው ነው፡፡

ስለ አንተም ሊሰማው የሚችለው እንደዚሁ ነው፡፡ ድካም፤ ችኮላ፤ ተስፋ መቁረጥ፤ ፍርሃት እንደተሰማህ አድርጎ ያይኃል፤ ህዝቡን እንደተመለከተ ማለት ነው፤ ስለዚህ ለአንተ ይራራል፡፡ በጣም የተጎዳህበትን ቦታ ሊያየው ይናፍቃል፡፡

በመጀመሪያ መድልዎና መገለል ምን እንደሆነ በደንብ ማወቅ አለብን፡፡ መድልዎ እንዴት ነው ሊከሰት የሚችለው? ቁስሉ በምን ምክንያት ነው ሊከሰት የሚችለው? ይህን ጥያቄ አንድ ጊዜ

ከመለስን የመድልዎና መገለል ቁስል እንዴት ነው የሚታከመው? ወደሚለው እንሄዳለን፡፡

እ.ኤ.አ በ1964 ዓ.ም አካባቢ በተለያዩ እንደ ኒኮቲንና የአልኮል መጠጦች በመሳሰሉ አደንዛዥ ሱሶች የተያዙትን ሰዎች ማገለግል ራሴን አገኘው ነበር፡፡ እነዚህ ሱሶች ከአንድ ትልቅ ቅርንጫፍ ያቆጠቆጡ መሆናቸውን ወዲያውኑ ለመረዳት ችያለሁ፡፡ እነርሱን የሚረዳው ቅርንጫፍ አንድ አይነት የሆነ «ተስፋ መቁረጥ» ነው፡፡ ተጨባጭ የሆነው መፍትሄ መፈለግ ያለበት ከቅርንጫፉ ነው፤የተስፋ መቁረጥ ቅርንጫፍ ሲቆረጥ ከትንንሽ ቅርንጫፎች መፍትሄ ለማግኘት ቀላል ነው፡፡

ከሰዎች ችግር ጋር ትግል ማድረግ ቀጠልኩ ቀስ-በቀስ ወደ ግንዱ ዝቅ ብዬ ወረድኩ፤ ከመሬት በታች እስካለው እስከ ሥሩ ድረስ ማለት ነው፡፡ እግዚአብሔር እስከ ሥሩ ድረስ ወርዶ ነው በህይወታችን ውስጥ መሥራት የሚፈልገው፡፡

አሁንስ ምሳር በዛፎች ሥር ተቀምጧል እንግዲህ መልካም ፍሬ የማያደርግ ዛፍ ሁሉ ይቆረጣል ወደ እሳትም ይጣላል (ማቴ 3፡10)

ዛፉ ከየት ቦታ ነው የሚቆረጠው? ከሥሩ ነው፡፡ ወደ መሬት ውስጥ ሥሩ ወደ ሚገኝበት ዝቅ ብዬ ስወርድ በመጀመሪያ አንድ አስደናቂ ነገር አጋጠመኝ፡፡ በጣም የተለመደው የሁሉም ችግር

‹‹ሥሩ›› ‹‹መገለል›› ሆኖ አገኘሁት፡፡ ወደዚህ ድምዳሜ ለመድረስ የቻልኩት እንደ ሶሲዮሎጂስት ወይም ሳይኮሎጂስት ሆኜ አይደለም፡፡ እንደ ሰባኪና የመጽሐፍ ቅዱስ አስተማሪ ሆኜ ነው፡፡

አንድ ህፃን ልጅ በአባቱ ክንድ ላይ ተቀምጦ አይታችሁ ታውቃላችሁ? አንዲት ትንሽ እጅ የአባትየውን የኮት ኮሌታ ጨብጣ ከማንኛውም ነገር ሊከላከልላት ከሚችለው ከአባቱ ከሰፊው ደረት ተለጥፎ ታያላችሁ፡፡ ውጥረቶችና ጭንቀቶች በዙሪያው ቢኖሩም ልጁ አይፈራም፤ ሙሉ በሙሉ በአባቱ ጥበቃ ሥር ነው፡፡ በአባቱ ክንድ ላይ በሚገባው ቦታ ላይ ነው ያለው፡፡

እግዚአብሔር ሰውን የፈጠረው እያንዳንዱ በዚህ አለም የሚወለደው ሕፃን እንደዚህ ዓይነት ጥበቃ እንደሚፈልግ አድርጎ ነው፡፡ ልጅ ከወላጁ በተለይ ከአባቱ ልዩ ፍቅር ካላገኘ አይረካም፡፡

ማንኛውም ሰው እንዲህ ዓይነት ፍቅር ካላገኘ ለመጠላት ወይም ለመገለል ቁስል ሊጋለጥ ይችላል፡፡ አንድ ትውልድ የሚሆኑ የአሜሪካ አባቶች ልጆቻቸውን ትተዋል ማለት ይቻላል፡፡ የልጆቻቸው ችግር መገለልና መድልዎ ነው፡፡

በዚህ በተበላሸ በወላጆችና በልጆች ግንኙነት መካከል የተበላሸ ጋብቻ ደግሞ ጨምረን እናያለን፡፡ ብዙውን ጊዜ ከተጋቢዎች መካከል

ከሁለቱ አንዳቸው የመገለል ወይም የመጠላት ችግር ያጋጥማቸዋል፡፡ በተጨማሪም ክህደት ወይም የእምነት ማጉደል ችግር ያጋጥማቸዋል፡፡

የዛሬውን ህብረተሰብ ጭንት ወይም ግፊት በተለይ የቤተሰብ መበታተን ህይወት ሥናይ በእኔ እምነት የአሜሪካ ህዝብ ግማሹ በተለያየ ዓይነት መገለል ወይም መጠላት እየተሰቃየ ነው፡፡ እግዚአብሔር በመጨረሻው ጊዜ የሚከሰተውን የግንኙነት መበላሸት ስለተመለከተ ነው በሚልክያስ የሚከተለውን ተስፋ የሰጠው፡፡

እነሆ ታላቁና የሚያስፈራው ቀን ሳይመጣ ነቢዩን ኤልያስን እልክላችኋለሁ፡፡ መጥቼ ምድርን በእርግማን እንዳልመታ የአባቶችን ልብ ወደ ልጆች የልጆችንም ልብ ወደ አባቶች ይመልሳል (ሚልክያስ 4፡ 5-6)፡፡

የተበላሸ ግንኙነት በመጨረሻ ዉጤቱ እርግማን ነው፡፡ ነገር ግን በኢየሱስ ክርስቶስ በኩል ወደ እግዚአብሔር ለሚመለሱ ከዚህ እርግማን የሚወጡበት መንገድ ተዘጋጅቷል፡፡

ይህ ፈውስ ምን ዓይነት መልክ ይኖረዋል? የመተው ወይም የመገለል ተቃራኒው ምንድን ነው? መልሱ ተቀባይነት ማግኘት ነው፡፡ በቀጥታ እግዚአብሔር በሰጠን መንገድ በኢየሱስ ክርስቶስ በኩል ወደ እርሱ ስንመጣ ተቀባይነት እናገኛለን (ኤፌ1፡6)፡፡

ተቀባይነት ማግኘት የሚለው ዋናው የግሪኩ ቃል በጣም ጠንካራ ነው፡፡ ተቀባይነት ከማግኘት በላይ የጠነከረ ቃል ነው፡፡ በአዲሱ የኪንግ ጄምስ መጽሐፍ ቅዱስ ትርጉም በሉቃስ ወንጌል ይኸው ቃል «በጣም የተወደደ» ተብሎ ነው የተተረጎመው (ሉቃ 1፡28)፡፡

ወደ እግዚአብሔር በኢየሱስ ክርስቶስ በኩል ስትቀርብ እንደ ኢየሱስ ተቀባይነት ያገኘህና በጣም የተወደድህ ነህ፡፡ እንደ ኢየሱስ ማለት ነው፡፡ በጣም የሚገርመው ነገር እግዚአብሔር ልክ ኢየሱስን በሚወድበት ፍቅር ስለ ወደደን የቤተሰቡ አባል እንሆናለን፡፡

መገለልና መድልዎን ለማሸነፍ የመጀመሪያው እርምጃ ችግሩን ለይቶ ማወቅ ነው፡፡ አንድ ጊዜ ችግሩን ለይተህ ካወቅኸው መፍትሄውን ታዘጋጃለህ፡፡ ይህንን ስታደርግ ብቻህን አይደለህም፡፡ ችግርህን ለይተህ እንድታውቅ እግዚአብሔር ይረዳሃል፡፡

እስቲ አንድ ተጨባጭ የሆነ ምሳሌ ልስጣችሁ፡፡ በሁለተኛው የዓለም ጦርነት ጊዜ በእንግሊዝ ጦር ውስጥ በሰሜን አፍሪካ አንድ በጣም ጎበዝ የሆነ ሐኪም ረዳት ሆኜ እሰራ ነበር፡፡ ህክምና በምንሰጥበት አካባቢ ከጠላት አውሮፕላን የተወረወረ ቦምብ አጠገባችን ፈነዳ፡፡ ከእኛ ወታደር አንዱ በቦምብ ፍንጣሪ ተመታ፡፡ በትከሻው ላይ ጠቁሮና

ጎድጉዶ ከነበረው ትንሽ ቁስል ጋር ወደ ጤና ጣቢያችን መጣ፡፡ እኔም የሰውየውን ቁስል ለማከም በመጣደፍ ላይ ነበርኩ፡፡ ቁስሉን ላሽግለት ወይ ብዬ ዶክተሩን ስጠይቀው አይደለም መቆንጠጫውን አቀብለኝ አለኝ፡፡ እኔም ትንሽዋን ብራማ ቀለም ያለውን መቆንጠጫ አቀበልኩት፡፡ ዶክተሩ ወዲያው መቆንጠጫውን ተቀብሎኝ ወደ ሰውየው ቁስል ውስጥ አስገብቶ አማሰለው፡፡ ለትንሽ ጊዜ ያህል ምንም ነገር ባይፈጠርም ትንሽ ቆይቶ በድንገት ስብርባሪውን ሲያገኘው በሽተኛው በኃይል ተነፈሰ፡፡ ዶክተሩ የሰውየውን ችግር እንዳገኘው ተረዳ፡፡

እንደገና ቁስሉን ላሽገው ወይ ብዬ ስጠይቀው አይደለም መቆንጠጫውን አቀብለኝ አለኝ፡፡ ዶክተሩ መቆንጠጫዉን ቁስሉ ውስጥ አስገብቶ ስባሪውን ካወጣ በኋላ ነው ቁስሉ እንዲታሽግ ያደረገው፡፡

በቁስላችሁ ላይ ትንሽ ኃይማኖት ጨምራችሁ ልታሽጉት ትችላላችሁ፤ ሊፈውሳችሁ ግን አይችልም፤ ምክንያቱም ከውስጥ ቁስሉ እንዲያመረቅዝ የሚያደርገው ነገር ስላለ ነው፡፡ ነገር ግን ልባችንን ለመንፈስ ቅዱስ ከከፈትን የችግሩ መነሻ ቦታ ይገልጽልናል፡፡ የመንፈስ ቅዱስ መቆንጠጫ አንድ ፍንጣሪ ቆንጥጦ ሲያወጣ አትከልክልው፤ ችግሩን ከሥረ-መሰረቱ ቆንጥጦ እንዲያወጣ ጠይቀው፡፡ ከዚያ እግዚአብሔር

ሊፈውሰው የሚችለውን አንድ ነገር ያደርጋል፡፡ መጽሐፉን እያነበብክ ስትቀጥል ከመገለልና ከመድልዎ ተቀባይነት ወደ ማግኘት እየሄድክ ነው፡፡

በክህደትና በሐፍረት ላይ መውሰድ ስላለብህ ርምጃ ትማራለህ፡፡ ከዚያ በኋላ የእግዚአብሔር መለኮታዊ ፍቅር በአንተ በኩል ወደ ሌሎች ሰዎች እንደሚፈስ አሳይሃለሁ፡፡

ችግራቸውን ለማወቅ ተሳክቶላቸው ከመገለልና ከመድልዎ ቁስል የዳኑ ብዙ ሰዎችን ረድቼአለሁ፡፡ በእግዚአብሔር ፀጋ አንተም ከእነዚህ ሰዎች መካከል አንዱ ልትሆን ትችላለህ፡፡

ምዕራፍ ሁለት

የመገለል ምክንያት ወይም መንስኤ

ከሰዎች ጋር የሚደረግ ግንኙነቶች ሁሉ የመገለል አደጋ አለው፡፡ አንዳንድ ጊዜ መገለል የሚደርስብን ገና ትምህርት ቤት እያለን ነው፡፡ ጥሩ ያልሆነ ልብስ ለብሰህ ይሆናል፣ ወይም ከተለየ ብሔር ወይም ዘር ልትሆን ትችላለህ፤ ሰዎች እንዳይቀልዱብህና እንዳያፌዙብህ ፈርተህ ተለይተህ ብቸኝነትን መርጠህ ይሆናል፡፡ በትምህርት ቤትህ አካሄዳቸውን በብቸኝነት ያደረጉ ሰዎች ሁኔታ ብዙ ሰዎችን ይረብሻል፡፡ ሰዎች የአንተን ማንነትህን ለማወቅ ካልቻሉ ያገሉሃል፡፡

ሌላው በጣም አደገኛና ጎጂ የሆነው የመገለል ዓይነት ደግሞ ልጆች ከወላጆቻቸው መገለል እንደተደረገባቸው ሲያምኑ ነው፡፡ ይህን ቁስል ሊያመጡ የሚችሉ ሦስት ዋና ዋና ሁኔታዎች አሉ፡፡ በመጀመሪያ ልጁ በእርግዝና ጊዜ የማይፈለግ ሊሆን ይችላል፡፡ እናትየዋ በማህፀንዋ እንዲወለድ የማትፈልገውን ልጅ ተሸክማ ሊሆን ይችላል፡፡ ይህን እርግዝና ልትጠላውና ልትቃወመው ትችላለች፡፡ እርግዝናው ወደ ህይወትዋ በመምጣቱ ብዙ ዓይነት ችግሮች ስለሚያመጣባት እንደዚህ ያለ ልጅ የመጠላት መንፈስ ገብቶበት ይወለዳል፡፡ በአሜሪካ አገር

ሰዎችን ሳገለግል በጣም አስደናቂ የሆነ ነገር ለማወቅ ችያለሁ፡፡

በመጀመሪያ ብዙ ልጆች የተወሰነ የዕድሜ ክልል ሲደርሱ የመገለል መንፈስ ገብቶባቸው ነው የሚወለዱት፡፡ ወደ ኋላ ሄጄ ለማጥናት ስሞክር እነዚህ ሌጆች ብዙዎቹ በታላቁ የአሜሪካ የኢኮኖሚ የዝቅጠት ጊዜ የተወለዱ ናቸው፡፡ በዚያን የችግር ጊዜ አንድ እናት ብዙ የምትመግባቸው ልጆች እያሏት ሌላ ተጨማሪ ልጅ በመዉለድ ከሌላ ልጅ ጋር የመታገል ስሜት ያስጨንቃታል፤የውስጥ ዝንባሌዋ ያንን ህፃን ገና ሣይወለድ በማህፀን ውስጥ እያለ አቁስሎታል፡፡

ሁለተኛው ምክንያት ደግሞ ወላጆች በተግባር በተጨባጭ ለልጃቸው ፍቅር ማሳየት ሲያቅታቸው ነው፡፡ አንድ ጊዜ ባምፐር እስቲከር የተባለ ሰው እንዲህ በማለት ጠይቋል፡፡ ልጅህን ዛሬ ታቅፈዋለህን? ይህ በጣም ጥሩ ጥያቄ ነው፡፡ ከቤተሰብ ትንሽ አካላዊ ንክኪ ወይም ዳበሳ የማያገኝ ልጅ የተገለለና የተተወ ልጅ ይሆናል፡፡

ወላጆች ልጆቻቸውን ቢወዱም እንዴት አድርገው ሊገልፁት እንደሚችሉ ላያውቁ ይችላሉ፡፡ በቅርብ ጊዜ ያነጋገርኩዋቸው ሰዎች የተናገሩትን ልጥቀስ «አባቴ የሚወደኝ ይመስለኛል ነገር ግን ፍቅሩን እንዴት መግለጽ እንዳለበት አያውቅም፤ በህይወቱ ሙሉ አንድም ቀን ጭኑ ላይ አስቀምጦኝ

አያውቅም፤እንደሚወደኝ ለመግለፅ ምንም ነገር አላደረገም»፡፡ ይህ የሆነው በእናቱ በኩልም ሊሆን ይችላል በአባቱ በኩል ብቻ ላይሆን ይችላል፡፡ በዚያም ሆነ በዚህ ልጁ እኔ አልፈለግም ብሎ ያስባል፡፡

በአሁኑ ጊዜ ብዙ በወላጆቻቸው ላይ መራራና አመፀኛ የሆኑ ልጆችን ብታነጋግሩ ይኸንኑ ነው የሚነግሯችሁ፡፡ ወላጆቻችን ልብስ፣ ትምህርት፣መኪና፣የመዋኛ ኩሬ ሰጥተውናል ነገር ግን ለእኛ ያላቸውን ፍቅራቸውን ለመግለጽ ጊዜ አልሰጡንም፤ራሳቸውንም አልሰጡንም ይላሉ፡፡ ይህ አንዱ ምክንያት ሊሆን ይችላል፡፡ የ1960ዎቹ ወጣቶች ያሣዩት መራርነት በአሮጌው ትውልድና በማቴሪያሊዝም ላይ ነው፡፡ ብዙዎች አመፀኛና መራር የሆኑት ወጣቶች ከሀብታም ቤተሰብ የተወለዱ ናቸው፡፡ ከሁሉም ነገር አብልጠው ከሚፈልጉት ፍቅር በስተቀር ሁሉም ነገር ተሰጥቷቸዋል ፡፡

ሌላው የመገለል ዓይነት ደግሞ ልጆችን ሊጎዳ የሚችለው ሲሆን ወላጆቻቸው በፍቺ ሲለያዩ የሚከሰት ነው፡፡ ምክንያቱም አባት ቤቱን ጥሎ ስለሚሄድ ልጆቹን ለማሳደግ እናት ብቻዋን ሃላፊነት ስለምትወስድ ነው፡፡ ባልና ሚስት በፍቺ ሲለያዩ ልጁ ከፍተኛ ፍቅር ለአባቱ ሊኖረው ይችላል ነገር ግን በድንገት አባቱ ጥሎት መሄዱን ሲረዳ የአባቱ መለየት በልጁ ልብ ውስጥ ትልቅ ቁስል ጥሎ

ያልፋሉ፡፡ አባትየው ሌላ ሴት ወዶ ከሄደ ደግሞ ልጁ በአባቱ ላይና በሴትየዋ ላይ የሚኖረው ሐዘንና ጥላቻ ሁለት እጥፍ ይሆናል፡፡ አሁን ልጁ በጣም ከባድ የመጠላትና የመገለል ቁስል ስላጋጠመው ‹‹በጣም የምወደውና የማምነው ሰው ከድቶኛል ስለዚህ ከአሁኑ ጊዜ ጀምሮ ማንንም አላምንም›› ለማለት ይችላል፡፡

እናቱ ደግሞ ከተደራራቢ የኃላፊነት ጭነትና ከአዳዲስ ኃላፊነቶች የተነሣ ለልጁ ተገቢውን እንክብካቤና ፍቅር ልታሳየው አትችልም፡፡ በእንደዚህ ዓይነት ሁኔታ ያለ ልጅ ከእናትና ከአባቱ መገለልና መጠላት ያጋጥመዋል፡፡

ሦስተኛውን ዓይነት መገለልና መድልዎ የሚፈጥረው ነገር ልጆች በወላጆቻቸው በኩል በማወቅም ሆነ ባለማወቅ መወደድና እንክብካቤ እንደማይደረግላቸው ሲያምኑ ነው፡፡ ሦስት ልጆች ያሏቸው አንድ ቤተሰብ አውቃለሁ፡፡ የመጀመሪያው ልጃቸው በትምህርቱ ጎበዝና ሁሉንም መልሶች ሊያውቅ ይችላል፡፡ የመጀመሪያው ልጅ በተፈጥሮ ባገኘው ነገር ቅድሚያ ሊያስጠው ይችላል፡፡ ሁለተኛው ልጅ ደግሞ ጎበዝ ላይሆን ይችላል፡፡ ሦስተኛው ልጅም ጎበዝና ብልህ ሊሆን ይችላል፡ በዚህን ጊዜ ሁለተኛው ልጅ ባለማቋረጥ ከወንድሞቹ ያነሰና የዝቅተኛነት ስሜት ሊሰማው ይችላል፤ በተለምዶ ወይም ወላጆች በሆነ ሁኔታ ታላቁን ልጅ ወይም

የመጨረሻዉን ልጅ የሚያመሰግኑ ይሆናሉ፡፡ ነገር ግን ስለ መሐከለኛው ልጅ ምንም ነገር ላይናገሩ ይችላሉ፡፡ በብዙ ሁኔታ መሐከለኛው ልጅ የመተውና የመገለል ስሜት ሊሰማው ይችላል፡፡ ወላጆቼ ታላቅ ወንድሜንና ታኛሽ እህቴን ይወዷቸዋል እኔን ግን አይወዱኝም ለማለት ይችላል፡፡

በሌላ በኩል ደግሞ አንድ ልጅ ብቻ ተገቢ ያልሆነ ፍቅርና እንክብካቤ ከወላጆቹ ሲደረግለት ሌሎቹ እኛን ስለማይወዱን ነው በማለት የመገለልና የመተው ስሜት ሊሰማቸው ይችላል፡፡

ከሌሎቹ ሴት ልጆችዋ አንዷን ብቻ ለይታ የምትወድ ብዙ ሴቶች ልጆች ያሏት የአንዲት ሴት ታሪክ አውቃለሁ፡፡ አንድ ቀን እርስዋ ከነበረችበት ክፍል ውስጥ አንድ ድምፅ ሰማች፡፡ የምትወዳት ልጅ ድምፅ መስሏት ከነበረችበት ክፍል ውስጥ ሆና ውድ ልጄ የአንቺ ድምፅ ነው ወይ ብላ ተጣራች፡፡ እናትየዋ አንድዋን ልጅዋን ብቻ ከሌሎቹ ልጆችዋ አስበልጣ በመውደድዋ በሌሎቹ ልጆችዋ ላይ ያሳደረችው ጫና ተሰማት፡፡ ንስሃ ገብታ ከልጆችዋ ሁሉ ጋር የነበረውን ግንኙነት አደሰች፡፡

ሌላ ምሳሌ ደግሞ ጨምሬ ልንገራችሁ፡፡ በወጣትነት ጊዜ መገለልና መድልዎ የሚያስከትለው መንፈሳዊ ተፅእኖ ከብዙ አመታት በፊት በአንድ ምሽት አንዲት አማኝ ሴት ስኅበኝ ሁልጊዜ

የማላደርገውን ነገር አደረግሁ፡፡ «እህት እኔ በእርግጥ ትክክለኛ ከሆንኩ በአንቺ ውስጥ የሞት መንፈስ´ አለ» አልኳት፡፡ እርስዋ ግን ደስ እንዳላት ለማስመሰል ብዙ ምክንያቶችን አቀረበች፤ እውነታው ግን ደስተኛ ሰው አልነበረችም፡፡ ጥሩ ባልና ልጆች አሏት፡፡ ነገር ግን አንድም ቀን ፈገግታ አሳይታ ወይም ደስተኛ መስላ ታይታ አታውቅም፡፡ በተከታታይ ሐዘን የደረሰባት በሐዘን ላይ የምትኖር ሴት ትመስላለች፡፡ እንደዚያ ዓይነት የመገለጥ መልዕክት ሁልጊዜ ስለማይመጣልኝ ለብዙ ሰዎች አልናገርም፡፡ በዚያን ምሽት ግን አንድ ነገር ለእርስዋ መናገር ነበረብኝ፤ ዕሮብ ማታ በሚያሚ ከተማ እሰብካለሁ ብትመጪ ልፀልይልሽ እችላለሁ አልኳት፡፡

በስብሰባው በመጀመሪያ ቀን ማታ በመጀመሪያው ቀን በስብሰባው አዳራሽ በመጀመሪያው ወንበር በፊት በኩል ተቀምጣ አየኋት፤ ከዚህ በፊት ሁልጊዜ ሳይሆን አልፎ አልፎ የማደርገውን ነገር እንደገና አደረግሁ፡፡ በስብከቱ መሐል ላይ ወደ ሴትየዋ በመሄድ አንተ የሞት መንፈስ አሁን መልስ እንድትሰጠኝ በኢየሱስ ስም አዝዝሃለሁ በማለት ተናገርኩ፡፡ ወደዚህች ሴት የገባኸው መቼ ነው? ብዬ ጠየክሁት፡፡ መንፈሱ (ሴትየዋ ሳትሆን) በግልጽ የሁለት ዓመት ልጅ እያለች ነው አለ፡፡ እንዴት ገባህ ብዬ ጠየቅሁት፤ መንፈሱ ልጅቷ እንደማትወደድ እንደ ተተወችና እንደተገለለች

እንደማትፈለግና ብቸኛ እንደሆነች በተሰማት ጊዜ ነው አለ፡፡

በዚያን ዕለት ምሽት ሴትየዋ ከሞት መንፈስ ነፃ ወጣች፤ ይህ ክስተት ለብዙ ጊዜ በአእምሮዬ ይመላለስ ስለነበር መገለልና መድልዎ በሰው ህይወት ላይ ምን ዓይነት ተፅእኖ ሊያመጣ እንደሚችል አዲስ መገለጥ ሰጠኝ፡፡ መገለለልና መተው በራሱ ክፉ መሆኑ ብቻ ሳይሆን ለሌሎች ተቃራኒና አውዳሚ ለሆኑ መናፍስት በር ይከፍታል፡፡ ወደ ሰው ውስጥ ገብተው ቀስ በቀስ የሰውየውን ህይወት ይቆጣጠሩታል፡፡ መድልዎና መገለል ጎጂ ነገር የሚበቅልበት ሥረ- መሰረቱ ነው፡፡ ከዚያን ጊዜ ጀምሮ በዚህ ችግር ለተያዙ በብዙ መቶ ለሚቆጠሩ ሰዎች ፀልያለሁ፡፡ ከላይ በምሳሌው ላይ የተጠቀሰችው ሴት በጭንቀት ኖራለች፤ጭንቀትዋ ከውጭ ሊታይ አይችልም መገለልና መድልዎ የተደበቀ ነገር ነው፤ ተሸክመነው የምንዞር የውስጥ ስሜታችን ነው፡፡ ችግሩ ያለው መንፈሱ ባለበት ቦታ ነው፡፡ በልምድ እንዳገኘሁት ተቃራኒ የሆኑ ጠባዮችና ሁኔታዎች ከክፉ መንፈስ አሰራር ጋር የተያያዙ ናቸው፡፡

ከፍርሃት በስተኋላ የፍርኃት መንፈስ አለ፣ ከቅንዓት በኋላ የቅንዓት መንፈስ አለ፣ ከጥላቻ በስተኋላ የጥላቻ መንፈስ አለ፡፡ የሚፈራ ሰው ሁሉ የፍርሃት መንፈስ አለበት ማለት አይደለም፡፡ ራሱን መቆጣጠርና በተደጋጋሚ ራሱን መግዛት ሲያቅተው

ምናልባት የፍርሃት መንፈስ ወደ ውስጡ እንዲገባ በር ይከፍት ይሆናል፡፡ ከዚያ በኋላ ያ ሰው ራሱን/ራስዋን ሙሉ በሙሉ መቆጣጠር ያቅተዋል/ያቅታታል፡፡

ይህ ለሌሎችም ነገሮች ይሠራል፡፡ ለምሳሌ ለቅንዓትና ለጥላቻም ይሰራል፡፡ ከላይ እንደተገለፀው መድልዎና መገለል ለነዚህ የአጋንንት ተፅእኖዎች ሁሉ ሥረ-መሠረቱ ነው፡፡ የተለያዩ ስሜቶችና ዝንባሌዎች መነሻ ቦታ ነው፡፡

ሂደቱ እንዴት እንደሚሰራ በዚህ ምሳሌ እንይ፡፡ አንዲት ወጣት ሴት ልጅ አባትዋን ትጣላዋለች ምክንያቱም ተጨቃጫቂና ፍቅር የማያሳያት በመሆኑ በአባትዋ እንደ ተገለለችና እንደተተወች ስለሚሰማት ነው፡፡ ይህንን ጥላቻ አምቃ ለመያዝ ወደማትችልበት ደረጃ ትደርሳለች፡፡ ከአደገችና ትልቅ ከሆነች በኋላ አግብታ ሁለት ልጆችን ትወልዳለች፡፡ በመሐከሉ ከልጆችዋ አንዱን እንደምትጠላ ትረዳለች፡፡ ጥላቻዎችዋ ክፉና ምክንያታዊ ያልሆኑ ነበሩ፡፡ ነገር ግን የጥላቻ መንፈስ ስለነበር ልትቆጣጠረው አትችልም ነበር፡፡

ጥላቻዎችዋ በሌሎችም የቤተሰቡ አባላት ላይ ይገለጥ ነበር፡፡ ሌላው የጥላቻ መንፈሱ ተፅእኖ ደግሞ ሁሉንም ወንዶች እንድትጠላ ያደርጋታል፡፡ ወደ ግብረ-ሰዶማዊነት (ሌዝቢያን) ተለውጣ

ከወንዶች ጋር የሚደረገውን ጤናማ የግብረ ሥጋ ግንኙነት ሁሉ አቁማ ነበር፡፡

በሚቀጥለው ምዕራፍ ብዙ ሰዎች ወደ ተለማመዱት የቅርብ ግንኙነት ክህደት፣እምነት ማጉደል፣ መድልዎና መገለል እናልፋለን፡፡ ከዚህ ልምምድ እንዴት ኃፍረት እንደሚከተል እገልፃለሁ፡፡

ምዕራፍ ሦስት

ክህደትና ኃፍረት

ባለፉት ምዕራፎች በህፃንነት ጊዜ ስለሚከሰቱ ዋና ዋና ምክንያቶች ተነጋግረናል፡፡ በእድሜያችን ከፍ እያልን ስንሄድ ራሳችን ለብዙ መገለልና መድልዎ እናጋልጣለን፡፡ ብዙ ቀረቤታ ያለው ግንኙነት እየፈጠርን እንሄዳለን፡፡ ከነዚህ ከቀረቡ ግንኙነቶች በአንዱ መድልዎና መገለል ሲያጋጥመን በተለይ በጋብቻ ጓደኛችን ህመሙ እጅግ የከፋና ተደራራቢ ይሆናል፡፡ ምክንያቱም እምነት ማጣትን ስለሚያካትት በመጨረሻ ክህደት ይሆናል፡፡

እንደማናቸውም ሌሎች አገልጋዮች ሁሉን ነገር እንዳጡ የሚሰማቸውን ሚስቶችን አማክሬአለሁ፡፡ ባሎቻቸውን በማመን ራሳቸውን በሙሉ የሰጡ ናቸው፤ ባሎቻቸው ትተዋቸው ስለሚሄዱ እነዚህ ሚስቶች የክህደት ስሜት ይሰማቸዋል፡፡ ከሚስቶቻቸው ክህደት የደረሰባቸው ብዙ ባሎችን አማክሬአለሁ፡፡ ስለዚህም ብዙ የተለያዩ የክህደት ዓይነቶችን አይቻለሁ፡፡

ክህደትን እንዴት ተቋቋምከው? አንድ ሰው ሲክድህ ሁለተኛ ራሴን ለማንም ክፍት አላደርግም ትላለህ? ማንም ሰው ጉዳት እንዲያደርስብኝ እድል አልሰጠውም ትላለህ፡፡ ይህ የተፈጥሮ ስሜት

መልስ ነው፣ ነገር ግን አደገኛም ነው፤ ለሁለተኛው ችግር ክፍት ያደርግሃል ወይም በር ይከፍታል፡፡

ብዙ ተደጋጋሚ ችግር የደረሰበት ሰው እርምጃ ነው፡፡ መከላከል እንዲህ ይላል ‹‹ደህና-በኑሮ ውጣ-ውረድ ውስጥ አልፋለሁ፤ ነገር ግን ማንም ሰው እንዲጎዳኝ ወደ እኔ አላቀርበውም፤ ማንም እንዳይጎዳኝ በእኔና በሌሎች ሰዎች መካከል ግድግዳ አቆማለሁ››፡፡ ማን እንደሚሰቃይ ታውቃላችሁን? አንተ ነህ፡፡ ህይወትህ ይጎዳል፤ ሙሉ አትሆንም፡፡ ግንዱ እንደተቆረጠና እንደጠወለገ ዛፍ ያልተሟላ ህይወት ይኖርሃል፡፡ በትክክል ሳይሆን እንደተጨፈጨፈና እንደ ተቆረጠ ዛፍ ትሆናለህ፡፡

በኢሳይያስ መጽሐፍ በግልጽ ሥዕላዊ በሆነ ሁኔታ ክህደት ምን እንደሆነ ያሳየናል፡፡ ጌታ ህዝቡን እሥራኤልን በነቢዩ በኢሳይያስ እያጽናና ነበር፡፡ እግዚአብሔር እንደሚያየው ምን እንደሚመስሉ በሥዕላዊ መግለጫ ያሣየዋል፡፡ በባልዋ ከተተወችና ከተጠላች ሴት ጋር ነው የሚያነፃጽራቸው፡፡ ይህ አሳዛኝ ሁኔታ በብዙ ሚሊዮን የሚቆጠሩ ሴቶች ላይ የሚደርስ ነው፡፡ ጌታ ግን እነዚህን የማጽናኛ ቃሎችን ይሰጣል፡፡

አታፍሪምና አትፍሪ አትዋረጂምና አትደንግጪ የህፃንነትሽንም እፍረት ትረሺዋለሽ፡፡ የመበለትነትሽንም ስድብ ከ እንግዲህ ወዲህ አታስቢም፡፡ ፈጣሪሽ ባልሽ ነው፡፡ ስሙም

የሠራዊት ጌታ እግዚአብሔር ነው
የእስራኤልም ቅዱስ ታዳጊሽ ነው
እርሱም የምድር ሁሉ አምላክ ይባላል
እግዚአብሔር እንደተተወችና
እንደተበሳጨች በልጅነትዋም
እንደተጣለች ሚስት ጠርቶሻል ይላል
ዓምላክሽ (ኢሳ 54፡4-6)፡፡

ምሳሌው በመጨረሻው ቁጥር ላይ ወደ ከፍተኛ ደረጃ ይደርሳል፤ እንደተተወች ሚስት እንደተበሳጨችና በመንፈስዋ እንደተጎዳች በልጅነትዋ አግብታ እንደተጣለች (ቁጥር6) ይገልፃል፡፡ ብዙዎቻችሁ ይህ ምን ዓይነት ስሜት እንደሚፈጥር ታውቃላችሁ፡፡

አንዳንድ ጊዜ ደግሞ ተቃራኒው ይፈፀማል፤ ሚስት ባልዋን ትክዳለች፡፡ ወንዶች ከሴቶች ይልቅ ጠንካራ መሆናቸው ብናውቅም ካጋጠሙኝ ብዙ ተመሳሳይ ችግሮች ለመረዳት የቻልኩት በሚስቱ የተተወ ወንድ ሊገለፅ የማይችል ሃዘን እንደደረሰበት ነው፡፡ አንዳንድ ጊዜ ወንድ እንዲህ ዓይነት ሲያጋጥመው ኃፍረት ይሰማዋል፡፡

ማህበረሰባችን ወንዶች አደጋ ቻይ ለምንም ነገር የማይበገሩ አድርጎ ነው የሚያምነው፤ በማንኛውም ችግር የማይጎዱ አድርጎ ያያቸዋል፡፡ የኢሳያስ መጽሐፍ ሁለት ነገሮችን ግልጽ አድርጎ ያቀርባል፡፡ በጋብቻ መካከል ስለሚከሰት ክህደት እግዚአብሔር

በኢሳያስ እንዲህ ይላል፡፡አታፍሪም፤አትዋረጂም (ኢሳ54፡4)፡፡

ራስሽ/ህን ሙሉ በሙሉ ለሌላ ሰው መስጠት ማፍቀርና ለእርሱም ራስሽን/ራስህን መስጠት ከዚያ እንደከዳህ ስታውቅ/ቂ ጠቅላላ ውጤቱ ኃፍረትና ውርደት ሲሆን ከሃፍረት የተነሣ ትሰቃያለህ፡፡ ከሌሎችም ሰዎች ጋር ለመገናኘት ብቁ እንዳልሆንክ ይሰማሃል ወይም ደግሞ ሰዎች ትኩር ብሎ ማየት ያቅትሃል አንገትህን ትደፋለህ፡፡ በኃፍረት የሚሰቃዩ ሰዎች ሰውን ትኩር ብለው አያዩም፤ ከሌላ ሰው ጋር ሲገናኙ ኃፍረት እንደ ጨናማ ፍጡራን ሆነን እንዳንንቀሳቀስ ያደርገናል፡፡

በፍቺ ምክንያት ከሚደርሰው ክህደት በተጨማሪ የሰው መንፈስ የሚጎዳበት ሁለት ሌሎች የተለመዱ መንገዶች አሉ፡፡ እነርሱም ከህዝብ የሚመጡ ኃፍረቶችና በልጆች ላይ የሚደርስ ጎጂ ነገር ነው፡፡ በህዝብ ፊት የሚደረግ ውርደት ብዙን ጊዜ የሚፈፀመው በትምህርት ቤት ነው፡፡ ለምሳሌ እኔና ባለቤቴ መሲሁን ተቀብሎ የነበረ አንድ አይሁዳዊ ሰው እናውቃለን፡፡ መሲሁን የጠቀበለ ቢሆንም ብዙ ችግሮች ነበሩበት፡፡ አንድ ጊዜ ስናነጋግረው ኃፍረት እንደተሰማው አወቅን፡፡ ስለዚህ ጉዳይ ስንጠይቀው በምህርት ቤት የሁለተኛ ደረጃ ተማሪ የነበረበትን ጊዜ ማሰብ ጀመረ፡፡ በትምህርት ዓመቱ መጨረሻ ላይ የትምህርት ቤቱ ርዐስ መምህር በሁሉም ተማሪዎች ፊት በትምህርቱ ከተማሪዎች

ሁሉ የወደቀው ማክስ ብቻ ስለሆነ በሚቀጥለው ዓመት ደግሞ የሚማር መሆኑን ተናገረ፡፡

ከዚያን ጊዜ ጀምሮ የበፊቱ ማክስ መሆን አልቻለም፡፡ ነገር ግን ስሜቱን ላለመግለጽ ጥረት አደረገ፤ ጎበዝ መሆኑን ለመግለጽ ብዙ ጥረት ማድረግ ጀመረ፡፡ እንደሌሎቹ ለመሆን ጥረት ስታደርግ ሁልጊዜ አንድ ችግር አለ ማለት ነው፡፡ ማክስ ኃፍረትን መቀበል በህይወቱ ያስፈልገው ነበር፡፡

ሌላው አካላዊ ክህደትና ሐፍረት የሚገለፅበት በልጅነት የወሲብ ተጽዕኖ ሲፈጠር ነው፡፡ ሁለቱ ነገሮች በማህበረሰቦች የተለመዱ አሣዛኝ ነገሮች ናቸው፡፡ ትንሽ ልጅ እንደዚህ ለመናገር ነፃ አይሆንም ያስቸግረዋል፡፡ እንደዚህ ዓይነት ችግር ካደረሱበት ዘመዶቹ ጋር በተደባለቀ ስሜት ነው ግንኙነት የሚፈጥረው፤ በአንድ በኩል አምነት በማጣት ሲሆን በሌላ በኩል ደግሞ ትህትና የማሣየት ግዴታ ስላለበት ነው፡፡ እንዴት አድርጎ ነው አንድ ልጅ ወሲባዊ ችግር የፈጠሩባትን ቤተሰብ የምታከብረው፡፡ ይህንን ውጥረት ከውሳኔ ማያደርስ አንድ ሰው በህይወት ውስጥ ይጓዛል፡፡ በጣም አሳፋሪ የሆነ ሚስጥር ሆኖ ይኖራል፡፡ ራስህን ለጌታ ክፍት አድርገህ የተደበቀውን ሚስጥር ሁሉ ንገረው፤ አያሳፍርህም ወይም አያስደነግጥህም፤ አይጠላህም፤ አይተውህም፤ አያገልህም፡፡ ስለደረሰብህ በጣም መጥፎ ስለሆነ ነገር ንገረው፡፡

እርሱም እንዲህ በማለት መልስ ይሰጥሃል «አውቃለሁ ነገር ግን ሁልጊዜ እወድሃለሁ»፡፡

እግዚአብሔር ሙሉ ተቀባይነትና ምህረት ቢሰጠንም ነገር ግን የእርሱን ፍቅር እንዳንመለከት መገለልና ክህደት፣ኃፍረት፣ መንገዱን ይዘጉብናል፡፡ በሚቀጥለው ምዕራፍ እገልፀዋለሁ፡፡

ምዕራፍ አራት

የመገለልና የመድልዎ ውጤት

እኔ እንደማምነው የመገለል የመጀመሪያው ውጤት ፍቅርን መስጠት ወይም መቀበል ያለመቻል ነው፡፡ መወደድን ያልተለማመደ ሰው ፍቅርን ሊያስተላልፍ አይችልም፡፡ መጽሐፍ ቅዱስ ይህንን እውነታ እንዲህ በማለት ይገልፀዋል፡፡ እርሱ አስቀድሞ ወዶናልና እኛ እንወደዋለን (1 ዮሐ 4:19)

የእግዚአብሔር ፍቅር እኛ እግዚአብሔርን እንድንወድ የሚያነሣሣን ነው፡፡ ፍቅር በሌላ ሰው መቀስቀስን ይፈልጋል፡፡ ያለዚህ ፍቅር ወደ ህይወቱ ሊመጣ አይችልም፡፡ አንድ ሰው የእግዚአብሔርና የወላጅ ፍቅር ካላወቀ ፍቅር ወደ ህይወቱ ሊመጣ አይችልም፡፡ ስለዚህ ለማፍቀር ያለመቻል ከትውልድ ወደ ትውልድ ይተላለፋል፡፡ ማንም ፍቅር ያላሳያት ሴት ልጅ በአንድ ቤተሰብ ልትወለድ ትችላለች፡፡ ስለዚህ የመገለል ቁስል አላት፡፡ አድጋ ባል አግብታ ወደ እናትነት ደርሣ ሴት ልጅ ትወልዳለች፡፡ ይህች ሴት ለወለደቻት ለልጅዋ ፍቅር አላሳየችም፤ ስለዚህ ልጅዋም የእርስዋን ዓይነት ችግር ስለምትወርስ ፍቅር ለማንም ሰው ለማሳየት አትችልም፤ የእናትዋ ዓይነት ችግር ያጋጥማታል ማለት ነው፡፡ ስለዚህ

ይህ አስከፊ ችግር ከትውልድ ወደ ትውልድ ይተላለፋል፡፡

እኔ በዚህ ጉዳይ ላይ ሰዎችን ማገለግል ይህ ነገር በአንድ በሆነ ቦታ መቆም እንዳለበት አሳስባቸዋለሁ፡፡ ለምን አሁን ከትውልድ ወደ ትውልድ የሚተላለፈው እርግማን እንዲቆም አናደርግም? መገለልና መድልዎ ለልጆችህ የምታወርሰው ነገር መሆን የለበትም፡፡ እግዚአብሔር በሕዝቅኤል ሲናገር ልጆች አባቶቻቸው በሰሩት ኃጢዓት መሠቃየት የለባቸውም ይላል፡፡

ስለ እሥራኤል ምድር የእግዚአብሔር ቃል እንዲህ ሲል ወደ እኔ መጣ፤

አባቶች ጎምዛዛ የወይን ፍሬ በሉ የልጆንችም ጥርስ አጠረሰ እያላችሁ የምትመስሉት ተምሳሌት ምን ማለት ነው? በህያውነቴ እምላለሁ ይላል ልዑል እግዚአብሔር ከ እንግዲህ ይህን ምሣሌ በእሥራኤል ምድር አትመስሉም፡፡ እነሆ ነፍስ ሁሉ የእኔ ናት የአባት ነፍስ የእኔ እንደሆነች ሁሉ የልጁም ነፍስ የእኔ ናት ኃጢአት የምትሰራ ነፍስ እርሷ ትሞታለች በቅንነትና በትክክል የሚሠራ ፃድቅ ሰው ቢገኝ...ሥርዓቴን ይከተላል

ህጌንም በቅንነት ይጠብቃል ይህ ሰው
ፃድቅ ነው ፈጽሞ በህይወት ይኖራል
ይላል ጌታ (ህዝ 18፡1-5, 9)

ስለዚህ ቤተሰቦችህ ፍቅር ሣያሳዩህ/ሽ ቢቀሩም እንኳን እግዚአብሔር አንተንም/አንቺንም ልጆችሽ/ህ እንዲሰቃዩ አይፈልግም፡፡ ቤተሰቦችህ ስላደረጉት ስህተት የእግዚአብሔርን ሥጦታ በመቀበል ያንን ክፉ ውርስ ለአንዴና ለመጨረሻ ጊዜ ቆርጠ መጣል ይቻላል፡፡

ፍቅርን ለመስጠት ካለመቻል በተጨማሪ ሌሎች አብረው የሚመጡ ነገሮች አሉ፡፡ መገለል ሦስት ዓይነት ሰዎችን ይፈጥራል፡፡ አድልዎንና መደልዎን ችላ ብሎ የሚተዋቸው አለ፤ በሆዱ ይዞ የሚያቆያቸው አለ፤ መልሶ የሚዋጋቸውም አለ፡፡

በመጀመሪያ መልዎንና መገለልን ችላ ብሎ ስለሚተዋቸው ሰው እንይ – ይህን ልሸከም አይገባኝም፤ ህይወት ራሱ በጣም ከብዶኛል፤ ላደርገው የምችለው ነገር ምንም የለም፤ ከሰዎች ጋር በማደርገው ግንኙነት ከልምድ ያገኘሁት ነገር ከላይ ወደ ታች ለሚወርዱ ክፉ ነገሮች ወይም ዝንባሌዎች በር ይከፍታል፡፡

መጀመሪያ - ተቀባይነት ማጣት ብቸኝነት ራስን ማጽናናት

ችግር ድብርት → ተስፋ መቁረጥ → ሞት ወይም ራስን ማጥፋት

ይሆናል፡፡

የመጨረሻ ውጤቱ አሣዛኝ ይሆናል፤ ብዙዎች ወደዚህ ደረጃ አይደርሱም፤ ነገር ግን የሂደቱ ውጤት የሞት ወይም የነፍስ ማጥፋት ደረጃ መድረስ የሚወሰነው በሰውየው ስሜቱን የመቆጣጠር ችሎታ ላይ ይሆናል፡፡ ስሜቱን መቆጣጠር ካልቻለ ወደ ሞት ሊያደርሰው ይችላል፡፡ የብዙ ሞቶች ወይም ህይወት ማጣት ምክንያት ተፈጥሯዊ ነው ተብሎ ቢወሰድም ከፍተኛ አስተዋጽኦ የሚያደርገው መገለል ወይም ጥላቻ ነው ፡፡

የሞትን መንገድ በመከተል ላይ ያለ ሰው ለመሞት ውስጣዊ ፍላጎት አለው፡፡ አንዳንድ ጊዜ ብሞት ይሻለኛል ከዚህ ኑሮ ያላችሁበት ጊዜ የለምን? ይህ በጣም አደገኛ የሆነ አነጋገር ነው፡፡ ይህ የሞት መንፈስ እንዲገባ መጋበዝ ነው፡፡

በጣም ቁጡ የሆነ ሰው ራስን ማጥፋት እንደመጨረሻ መፍትሄ አድርጎ ነው የሚወስደው፡፡ እንደነዚህ ያሉ ሰዎች እራሳቸውን እንደዚህ በማለት ይጠይቃሉ |የመኖር ጥቅሙ ምንድን ነው?´ ጨምረውም ህይወቴን ማጥፋት ወይም ወደ ፍፃሜ ማድረስ አለብኝ በማለት በሕይወታቸው ላይ ውሳኔ ያስተላልፋሉ፡፡

በተጨማሪም እነዚህ ሰዎች ይህንን ችግር ያደረሱባቸውን ሰዎችን ለመጉዳት ሲሉ ህይወታቸውን ማጥፋትን ይመርጣሉ፤ በውስጥ ስሜታቸውም አሁን እኔ እንደተሰቃየሁ ይሰቃያሉ! ይላሉ፡፡

በቅርብ ጊዜ ከአሜሪካ የተገኘው የወጣቶች የራስ ማጥፋት ቁጥር በጣም አስፈሪ ነው፡፡ እ.ኤ.አ በ1990 ዓ.ም የአሜሪካ የብሔራዊ የጤና ተቋም መረጃ እንደመዘገበው ከአምስት ዓመት እስከ ሃያ አራት ዓመት እድሜ ያላቸው ራሳቸውን ያጠፉ ወጣቶች ቁጥር አምስት ሺህ ነው፡፡

በሁሉም አቅጣጫ ሲታይ የዚህ ሥረ-መሠረቱ በግልፅ ያልታወቀው መድልዎና መገለል ነው፤ እነዚህ ወጣቶች በቃላት ሊገልፁት አልቻሉም፡፡ ነገር ግን በልባቸው ውስጥ ያለመፈለጋቸው፣ ጠቀሜታ እንደሌላቸውና የመጠላታቸው ስሜት አለ፡፡

ከላይ የጠቀስኳቸው የተወሰኑ የችግሮች የህመም ስሜት በህይወታችሁ ላይ መስራት መጀመሩን አስተውላችኋልን? እነዚህን ነገሮች መቆጣጠር አቅቷችሁ ከሆነ ከእነዚህ ተቃራኒ ስሜቶቻችሁ ጋር መታገል አቁማችኋል ማለት ነው፡፡ እነዚህን ስሜቶቻችሁን በመጠቀም የአጋንንት ኃይል እየሠራ ነው ማለት ነው፣ አእምሮአችሁን ለዚህ ነገር አትገዙ፣ ከችግራችሁ ጋር መተናነቅ ወደ መፍትሄ

ሊያደርሳችሁ ይችላል፡፡ በዚህ መጽሐፍ መጨረሻ ምዕራፎች ለእንደዚህ ዓይነት ተፅእኖ እንዴት መፀለይ እንዳለብን አሣያችኋለሁ፡፡

ሁለተኛው ሰው - በመገለልና በመድልዎ ውስጥ የተፈጠረ ሰው ነው፤ የራሱን የውስጡን ትግልና ችግር ደብቆ በመከላከልና ለመግለጥ ባለመፈለግ የሚኖር ሰው ነው፣ በራሱ ዙሪያ አርቲፊሻል አጥርን ሠርቶ በመኖር አርቲፊሻል ደስታን ይፈጥራል፡፡ እንዲህ ዓይነት ሰው ተናጋሪ ነው፤ ድምፁ ግን ባዶ እንደሆነ ዕቃ ነው፡፡ በእንዲህ ዓይነት ሁኔታ ራስዋን መደበቅ የምትፈልግ ሴት እንቅስቃሴዋ በጣም የተጋነነ ነው፡፡ ድምፅዋን ከፍ አድርጋ ከተለመደው አነጋገርዋ በተለየ ሁኔታ ትናገራለች፡፡ ደስተኛ ለመምሰል ትሞክራለች፣ እንዳልተጎዳች አድርጋ በውስጥዋ ምንም ዓይነት ችግር እንደሌለ ህይወትዋ ፍፁም እንደሆነ ነው የምታስመስለው፡፡ በውስጥዋ የምታስበው ግን ተጎድቻለሁ ለወደፊቱ እንደዚህ አድርጎ ማንም ሰው እንዲጎዳኝ ዕድሉን አልሰጥም ወደ እኔ አላቀርብም ትላለች፡፡ ቀደም ብዬ ከላይ እንደጠቀስኩት እንዲህ አይነት አነጋገር የክህደት አገላለፅ ነው፤ በዛሬው ጊዜ በአሜሪካ ማህበረሰብ ውስጥ በብዙ ሺህ የሚቆጠሩ እንደዚህ ዓይነት አስተሳሰብ ያላቸው ሰዎች አሉ፡፡

ሦስተኛው ዓይነት ሰው - ደግሞ ሁሉን ነገር የሚቃወም ተቃዋሚ ይሆናል፤ ተቃውሞው

የሚከተለውን ዓይነት ይመስላል፣በመጀመሪያ ደረጃ ቅሬታ፣በሁለተኛ ደረጃ ጥላቻ፣ በመጨረሻ ደግሞ አመፀኝነት ይሆናል፡፡

«አመጸኝነት እንደሟርተኛ ኃጢአት ነው»(1ሳሙ 15፡23)፡፡ የሟርተኝነት ኃጢአት ማለት ሐሰተኛ የሆነ መንፈሳዊ ልምምድን ለማግኘት ፍለጋ ማድረግ ነው፡፡ የጥንቆላ አሰራር እንደ« አጁዋቦርድ፣ሆርስኮፕ፣ፎርቹን ቴለርስ፣ሲያንስ፣ድራግ» የመሳሰሉት ናቸው፡፡ ይህ ኃጢአት አመፀኝነት ነው፣ ከ እውነተኛው እግዚአብሔር ወደ ኃሰተኛ ዓማልክት ዘወር ማለት ነው፣ የመጀመሪያውን ህግ መጣስ ነው «ከእኔ በቀር ሌሎች አማልክት አይሁኑልህ» (ዘፀ 20፡3)፡፡

የ1960ዎቹ ወጣት ትውልዶች በጥላቻ፣ተቃዉሞ፣አመፀኝነትና ፣ ጥንቆላ የተጠመዱ ናቸው፡፡ ቀደም ብዬ እንደጠቀስኩት የሚፈልጉት ቁሳዊ ነገር ሣይሰጣቸው ቀርቶ አይደለም ፣ነገር ግን ፍቅር እንዳልተሰጣቸው አድርገው ስለሚያስቡ ነው፣ ፍቅር በጣም የሚፈልጉት ብቸኛ ነገር ነው፣ በቤተሰባቸው ወይም በሌሎች ሰዎች እንደሚወደዱ አይሰማቸውም፡፡ ከዚህ ቀጥሎ ኢየሱስ የመድልዎና የመገለልን ቁስል እንዴት እንደፈወሰ እናያለን፡፡

ምዕራፍ አምስት

የመጨረሻው መገለል

እግዚአብሔር በወንጌል የሰጠን ማንኛውም ነገር በተጨባጭ እውነታ ላይ የተመሠረተ ስለሆነ በሦስት ነገሮች በእውነታ፣ በእምነት፣ በስሜት ይጠቃለላሉ፤ወንጌል የተመሠረተው በእነዚህ ሶስት ነገሮች ላይ ነው፡፡ ክርስቶስ ለኃጢአታችን ሞተ (እንደ መጽሐፍ ቅዱስ) ተቀበረ በሶስተኛው ቀን ከመቃብር ተነሣ (1ቆሮ15፡3-4) የወንጌል መሰረት የሆኑትን እነዚህን እውነታዎች ያሳየናል፡፡

እምነት እነዚህን እውነታዎች ይጠቀማል፣እምነት በእነዚህ እውነታዎች ይጀምራል፣ ይቀበላቸዋል፣ ያምናል፣ በነርሱ እርምጃ ይወስዳል ተግባራዊም ያደርጋቸዋል፡፡ ከእውነታዎችና ከእምነት በኋላ ደግሞ ስሜት አለ፡፡ በሕይወትህ ላይ ሁሉ ለውጥ ያመጣል፡፡ እምነትህ በተጨባጭ ነገር ወይም በስሜት ላይ ቢመሰረትም በስሜት ላይ ከተመሠረተ በጣም ግራ የተጋባህ ትሆናለህ፣ያልተረጋጋ ሰው ትሆናለህ፡፡ ሁኔታዎች ሲለዋወጡ ስሜትህም ይለወጣል ፣ እውነታው ግን አይለወጥም፡፡ ስሜታችን እንድንጠራጠር ቢያደርገንም እንደ ክርስቲያን መሻሻልና ዕድገት ካደረግን እውነታዎቹን ለማመን ጥረት ማድረግ አለብን፡፡

እግዚአብሔር ለመገለልና ለመድልዎ የሰጠውን ሁለት መሰረታዊ ነገሮችን መያዝና ማወቅ አለብን፡፡ መጀመሪያ እግዚአብሔር ለእያንዳንዱ ለሰው ልጆች ፍላጎቶች ሁሉ የተለያዩ ብዙ ሥጦታዎች አይሰጥም፡፡ በዚህ ፋንታ አንድ ሁሉንም የሰው ልጆች ፍላጎቶች ሁሉ የሚያጠቃልል ሥጦታ የሰጠው በመስቀል መስዋዕት የሆነው ኢየሱስን ነው፡፡

ሁለተኛ በመስቀሉ ላይ የተካሄደው እግዚአብሔር አስቀድሞ ያቀደው ልውውጥ ነው፡፡ የሁላችንንም የክፉ ስራ ውጤት የሆነው ኃጢአታችንን ኢየሱስ ተሸከመ፡፡ በምትኩ የኢየሱስ ጽድቅና መታዘዝ ለእኛ ጥቅም ሆነ፡፡ በእኛ በኩል ይህንን ሊያስገኝልን የሚችል ምንም ነገር አልሰራንም ስለዚህ ምንም ዓይነት መብት የለንም፡፡ ምንም ነገር ለእኛ ይገባል ብለን መጠየቅ አንችልም፡፡ ሁሉም ነገር የመጣው ከእግዚአብሔር ፍቅር የተነሣ ብቻ ነው፡፡ ስለዚህ እኛ በሰራነው በጎ ሥራ ይገባናል በማለት ወደ እግዚአብሔር መቅረብ አንችልም፡፡ ኢየሱስ በእኛ ፋንታ ስላደረገው ነገር የምንሰጠው ምንም ነገር የለም፡፡ ቅዱሱ የእግዚአብሔር ልጅ ኢየሱስ ለኃጢአታችን በመስቀል ላይ ስላደረገው መስዋዕትነት የምንከፍለው ተመጣጣኝ ነገር የለም፣ (ኢሳ 64፡6)፡፡

የሚቀጥሉትን ቁጥሮች ስታነቡ በመስቀል ላይ ስለተደረገው ልውውጥ ለመረዳት ትችላላችሁ፡፡

በእንጨት ላይ የሚሰቀል ሁሉ የተረገመ ነው ተብሎ እንደተፃፈ ክርስቶስ ስለ እኛ እርግማን ሆኖ ከህግ እርግማን ዋጅቶናል፡፡ ለአብርሃም የተሰጠው በረከት በክርስቶስ ኢየሱስ ለአህዛብ እንዲደርስ ዋጅቶናል ይኸውም በእምነት የመንፈስን ተስፋ እንድንቀበል ነው (ገላ 3፡13-14)፡፡ እኛ በእርሱ ሆነን የእግዚአብሔር ጽድቅ እንድንሆን ኃጢአት የሌለበትን እርሱን እግዚአብሔር ስለ እኛ ኃጢአት አደረገው (2ቆሮ 5፡21)፡፡ የጌታችን የ ኢየሱስ ክርስቶስን ፀጋ ታውቃላችሁና በእርሱ ድህነት እናንተ ባለጠጎች ትሆኑ ዘንድ እርሱ ሃብታም ሆኖ ሳለ ለእናንተ ሲል ድሃ ሆነ (2ቆሮ 8፡9)፡፡

ነገር ግን በእግዚአብሔር ፀጋ ስለ ሰው ሁሉ ሞትን ይቀምስ ዘንድ ከመላዕክት ጥቂት እንዲያንስ ተደርጎ የነበረው ኢየሱስ የሞትን መከራ በመቀበሉ አሁን የክብርና የምስጋና ዘውድ ተጭኖለት እናየዋለን (ዕብ 2፡9)፡፡

ልውውጡን እንዴት እንደሆነ አያችሁ ! የእርሱን ጽድቅ እናገኝ ዘንድ ክርስቶስ የእኛን

እርግማን ወሰደ፣ ኃጢአታችንን ወሰደ፣ የእርሱን ኃብት እንወስድ ዘንድ የእኛን ድህነት ወሰደ፣ የእርሱን ሕይወት እንወስድ ዘንድ የእኛን ሞት ወሰደ፣ ይህ በጣም አስደናቂ አይደለም ወይ? ልውውጡ ኃፍረትና መድልዎን በተመለከተ ትልቅ እንደምታ አለው፡፡ የዕብራውያን ፀሐፊ እንዲህ በማለት ያስነብበናል፤ «የእምነታችን ጀማሪና ፍፁም አድራጊ የሆነውን ኢየሱስን እንመልከት»(ዕብ 12፥2)

ኢየሱስ በአደባባይ የሚደርስበትን ኃፍረትና ውርደት አስቀድሞ ያውቅ ነበር፡፡ በእርግጥ የመስቀል ዋና ዓላማው የተሰቀለውን ሰው ለማዋረድ ነው፡፡ ሰውየው እርቃኑን ሲሰቀል ተመልካቾች መጥፎ ንግግሮችን እየተናገሩና እየተሳደቡ በአጠገቡ ያልፉሉ፣ አንዳንድ ጊዜ እኔ እዚህ ልገልፀው የማልፈልገውን ነገር ይናገራሉ፡፡

ኢሳይያስ በትንቢታዊ ራዕዩ ስለ ኢየሱስ መከራ መቀበል ከሰባት ዓመተ-ዓለም በፊት አይቶአል፡፡

ህዝቤ በኃፍረታቸው ፈንታ እጥፍ ይቀበላሉ በውርደታቸው ፈንታ በርስታቸው ደስ ይላቸዋል የምድራቸውንም እጥፍ ርስት ይወርሳሉ ዘላለማዊ ደስታ የእነርሱ ይሆናል (ኢሳ 61፥7)፡፡

«ውርደት» የሚለው ቃል «ኃፍረት» በሚለው ቃል ቢተካ እመርጣለሁ፡፡ በግል ከሚደርስ ሃፍረትና ውርደት እግዚአብሔር ክብርና ደስታ ሰጥቶናል (ዕብ 2፡10)፡፡ በተጨማሪም የሚነግረን በኢየሱስ ሥቃይና ሞት እግዚአብሔር ብዙ ወንዶች ልጆችን ወደ ክብር ለማምጣት አቅዷል፡፡

ደስታ፣ክብር፣ግርማ፤ በኃፍረትና በውርደት ፈንታ ለእኛ ተሰጥቶናል፡፡ ቀጥሎ ጥልቀት ወዳለው ቁስልና መገለል እያመጣን ነው፣ ኢየሱስ እጥፍ መገለልና መድልዎ ተሸክሟል፣መጀመሪያ በሰዎች ቀጥሎ በእግዚአብሔር፡፡

ኢሳይያስ በገዛ አገሩ ሰዎች የደረሰበትን መጠላት በግልፅ አስቀምጦታል፡፡

በሰዎች የተናቀና የተጠላ የህማም ሰውና ሥቃይ ያልተለየው ነበር ሰዎች ፊታቸውን እንደሚያዞሩበት ዓይነት የተናቀ ነበር እኛም አላከበርነውም (ኢሳ 53፡3)፡፡

በጣም የባሰ ነገር በአዳኛችን ላይ ሊፈፀም ነው፤ ማቴዎስ የኢየሱስን ስቃይ በመጨረሻው ጊዜ በመስቀል ላይ እንዴት እንደነበር እንደሚከተለው ይገልዋል፡፡

ከቀኑ ስድስት ሰዓት ጀምሮ እስከ ዘጠኝ ሰዓት ድረስ በምድር ሁሉ ላይ ጨለማ ሆነ፤ ዘጠኝ ሰዓት ገደማ

ኢየሱስ ድምፁን ከፍ አድርጎ ኤሎሄ! ኤሎሄ! ላማ ሰበቅታኒ እያለ ጮኸ ትርጉሙም ዓምላኬ ፤ዓምላኬ ለምን ተውኸኝ? ማለት ነው፡፡ በዚያ ቆመው ከነበሩት አንዳንዶቹ ጩኸቱን ሲሰሙ ኤልያስን እየተጣራ ነው አሉ፡፡ ወዲያውም ከእነርሱ አንዱ ሮጠ ሰፍነግ በመውሰድ የኮመጠጠ ወይን-ጠጅ ውስጥ ነክረው ሰፍነጉንም በሸምበቆ ዘንግ ጫፍ ላይ በማድረግ እንዲጠጣው ለኢየሱስ አቀረቡለት የተቀሩት ግን ተውት እስቲ ኤልያስ መጥቶ ሲያድነው እናያለን አሉ ኢየሱስ ከፍ ባለ ድምፅ ጮኸ መንፈሱንም አሳልፎ ሰጠ፡፡ «በዚያን ጊዜ የቤተመቅደስ መጋረጃ ከላይ እስከታች ለሁለት ተቀደደ ምድር ተናወጠች አለቶችም ተሰነጣጠቁ (ማቴ 27፡45-51)፡፡

በዓለም ታሪክ ለመጀመሪያ ጊዜ የእግዚአብሔር ልጅ ፀለየ አባቱ ግን አልሰማውም፡፡ እግዚአብሔር ዓይኑን ከልጁ ዘወር አደረገ፡፡ የእግዚአብሔር ጆሮዎች የኢሱስን ጩኸት ለመስማት አልፈለጉም፡፡ ለምን? ምክንያቱም በዚያን ጊዜ ኢየሱስ የታየው ከእኛ ኃጢአት ጋር ሆኖ ነው፡፡ ኃጢአታችንን ከ እግዚአብሔር ከራሱ ቅድስና በኩል ነው ያየው፡፡ ህብረት የማድረግ ነገር መቅረት ነው፤ ሙሉ በሙሉ የሆነ መገለል ነው፡፡ ኢየሱስ ይህንን ለራሱ ሲል አይደለም የተሸከመው ነፍሱን የኃጢአት መስዋዕት ስለ እኛ ለማድረግ ነው፡፡

ይህ ለእኔ ልዩ ትርጉም ነው የሚሰጠኝ፣ ኢየሱስ በአረማይክ ቋንቋ ወደ ጣር በመስቀል ላይ በሄደበት ጊዜ በሆስፒታል ያሉ ሰዎችን ስጠይቅ ይህ ነገር ተሰምቶኛል፡፡ ሰዎች በከፍተኛ ጭንቀት በሚሆኑበት ጊዜ በጣም ተስፋ በሚያስቀርጥ ሁኔታ ሲታመሙ ምናልባት በሞት አፋፍ ላይ ሲደርሱ ቋንቋቸው ወደ ህፃንነታቸው አነጋገር ይለወጣል፣ብዙ ጊዜ ይህንን አስተውያለሁ፡፡ ነገር ግን በደንብ የማስታውሰው የመጀመሪያ ሚስቴን የሊዲያን ነበር፡፡ የመጨረሻ ትንፋሽዋን ስትተነፍስ በሹክሹክታ ኩልትፍትፍ ባለ አነጋገር በአፍ መፍቻ ቋንቋዋ በዳኒሽኛ ስለደሙ አመሰግናለሁ አለች፡፡

ይህ የምናነበው ክፍል ስለ ኢየሱስ ሰው መሆን ሥዕላዊ መግለጫ ነው፡፡ በጣም ከባድ ስቃይና ጣር ውስጥ ሆኖ አነጋገሩ በልጅነቱ ወደሚናገረው አረማይክ ይሄዳል የጮኸውም በአረማይክ ቋንቋ ነው፡፡

ስለዚያ አስፈሪ የጨለማ ጊዜ አስቡ፣ ስለቅድስናው አስቡ፣ ሙሉ በሙሉ የመገለል ስሜት ነው፤ መጀመሪያ በሰው ቀጥሎ በእግዚአብሔር፡፡ እኔና እናንተ የደረሰብን መድልዎና መገለል ይኖራል፡፡ ነገር ግን በኢየሱስ ላይ የረደሰው ዓይነት አይደለም፡፡ የመገለልና የመጠላት መራራ ጽዋ ጨልጦ ጠጣ፡፡ በተሰበረ ልብ ነው የሞተው፡፡ ልቡን የሰበረው ምንድን ነው? በመጨረሻ ተቀባይነት በማጣቱ ነው፡፡ እስቲ ፈጣንና ድራማ

መሰል የሆነውን ውጤቱን እንይ «በዚያን ጊዜ የቤተ-መቅደስ መጋረጃ ከላይ እስከታች ለሁለት ተቀደደ»(ማቴ 27፡51)፡፡

ይህ ማለት ምንድን ነው? በእግዚአብሔርና በሰው መካከል የነበረው ግድግዳ ተነሣ፣ ተወገደ ማለት ነው፡፡ ሰዎች ወደ እግዚአብሔር ያለ ሃፍረትና የኃጢአተኛነት ስሜት ሳይሰማቸው ያለፍርሃት ወደ እግዚአብሔር እንዲመጡ መንገድ ተከፈተ፡፡ ወደ ኢየሱስ ክርስቶስ እንድንመጣ በመካከል የነበረውን ጥልና መገለል ተሸከመ፤ ወሰደልን፡፡ ይህ ነው የተቀደደው መጋረጃ ምሳሌ፡፡ በአብ መገለልና መተው ኢየሱስ ሊሸከመው ከሚችለው በላይ ነው፡፡ እግዚአብሔር ይመስገን ውጤቱ ወደ እግዚአብሔር በቀጥታ መድረስ እንችላለን፡፡

አሁን እግዚአብሔር እንዴት እንደሰራና ተቀባይነት እንድናገኝ እንዴት እንዳደረገተመልከቱ፡፡

በሰማያዊ ስፍራ በመንፈሳዊ በረከት ሁሉ በክርስቶስ የባረከን የጌታችን የኢሱስ ክርስቶስ ዓምላክና አባት ይባረክ፡፡ በፊቱ ቅዱሳንና ነውር አልባ እንድንሆን ዓለም ከመፈጠሩ አስቀድሞ በእርሱ እንድንሆን ከዓለም መርጦናልና በፍቅር በኢየሱስ ክርስቶስ ልጆቹ እንሆን ዘንድ እንደ

በጎ ፈቃዱ አስቀድሞ ወሰነን፡፡ ይኸውም በሚወደው በእርሱ በኩል በነፃ የተሰጠን ክቡር የሆነው ፀጋው እንዲመሰገን ነው (ኤፌ 1፡3-6)፡፡

የእግዚአብሔር ዘላለማዊ እቅድ ምን ነበር? ዓለም ከመፈጠሩ በፊት እንኳን ቢሆን ወንድና ሴት ልጆቹ እንድንሆን በኢየሱስ ክርስቶስ በልውውጥ የሚገኝ (ኢየሱስ በመስቀል ላይ ባደረገው መስዋዕትነት) ኢየሱስ ኃጢአታችንን ተሸክሞ መጠላታችንና መገለላችንን ወሰደ፤ እኛ ተቀባይነት እንድናገኝ መንገድ ከፈተ፤ እኛ የእግዚአብሔር ሴቶችና ወንዶች ልጆች የመሆን ስልጣን እንዲኖረን በዚያን ጊዜ ክብሩን ተወ፡፡

ለፀጋውና ለግርማው ምሥጋና በፍቅሩ ስለተቀበለን (ቁ.6) ለጥላቻና ለመገለል ይህ ነው መድኃኒቱ ወይም መፍትሄው፡፡ ኢየሱስ ኃጢአታችንን ተሸከመ የሚለውን እንድናውቅና በእርሱ ተቀባይነት እንዲኖረን፡፡

በፈጠረው ዓለም ውስጥ እኛን በተራ ቁጥር አንድ ላይ የምንገኝ ነን፤ በዚህ ምድር ላይ ከሚንከባከባቸው ፍጡራት ሁሉ በላይ ነን፤ ወደ አንድ ጥግ ቦታ ገፍቶ እዚህ ቁመ ፤እንዲህ አይደለም፤ እዚያ ጠብቁ፤ እኔ አሁን ሥራ በዝቶብኛል ወይም ለአንተ አሁን ጊዜ የለኝም አይለንም፡፡ ማንም መልዓክ ወደ አንተ መጥቶ

አትንጫጩ! አባባ ተኝቷል አይላችሁም፡፡ እግዚአብሔር ወደ እኔ ኑ፤ እንኳን ደህና መጣህ ፤ በአንተ ደስ ይለኛል፤ አፈቅርሃለሁ እወድሃለሁ እፈልግሃለሁ፤ ለብዙ ዘመን ነው ስጠብቅህ የቆየሁት ይላል፡፡

በሉቃስ ወንጌል ምዕራፍ 15፡11-32 ላይ ለተጠቀሰው አባካኙ ልጅ ታሪክ የእግዚአብሔር የፍቅር ልብ ለእኛ ያለው በዚህ ታሪክ ላይ በልጁ አባት ይመሰላል፡፡ ወደ እርሱ እስኪመለስ ድረስ እየናፈቀ ከቤት ውጪ ሆኖ ሁልጊዜ ይጠብቀው ነበር፡፡ ማንም ሰው ወደ እርሱ ሄዶ ልጅህ እየመጣ ነው ያለው ሰው የለም፡፡ የልጁን መመለስ በመጀመሪያ ያወቀው አባትየው ብቻ ነው፡፡ በክርስቶስ ኢየሱስ ያለው የእግዚአብሔር ኃሳብ ለእኛ ልክ እንደ ልጁ አባት ነው፡፡ አልተጣልንም ሁለተኛ ዜጋ አይደለንም ባሪያዎች አይደለንም፡፡

አባካኙ ልጅ ወደ አባቱ ሲመለስ ባሪያ ሆኖ ለማገልገል ፈቃደኛ ነበር፡፡ አባቴ ሆይ ከተቀጠሩት ሠራተኞች እንደ አንዱ አድርገኝ (ሉቃ15፡18-19) እለዋለሁ አለ፡፡ ነገር ግን አባቱ እንደ ባሪያዎችህ አድርገኝ የሚለውን ቃል ከልጁ አፍ ከመውጣቱ በፊትና ኃጢአቱን ከመናዘዙ በፊት አቋርጦት በተቃራኒው «ፈጥናችሁ ከሁሉ ምርጥ የሆነውን ልብስ አምጡና አልብሱት ለጣቱ ቀለበት ለእግሩም ጫማ አድርጉለት የሰባውንም ፍሪዳ አምጡና እረዱ እንብላ እንደሰት ይህ ልጄ ሞቶ ነበር አሁን ግን

ህያው ሆኗል ጠፍቶም ነበር ተገኝቷል (ቁ24)»የጠፋውን ልጅ ለመቀበል ቤተሰቡ ሁሉ ወጥቶ ነበር፡፡

እላችኋለሁ እንደዚሁም ንስሃ ከሚያስፈልጋቸው ከዘጠና ዘጠኝ ፃድቃን ይልቅ ንስሃ በሚገባ በአንድ ኃጢአተኛ በሰማይ ደስታ ይሆናል (ሉቃ15፡7)

እግዚአብሔር እንደዚህ አድርጎ ነው በክርስቶስ የሚቀበለን፡፡ እነዚህን ሁለት እውነታዎችን መረዳት አስፈላጊ ነው፡፡ በመጀመሪያ ክርስቶስ በመስቀል ላይ ከኃፍረቱ፣ ከክህደቱ፣ ከጣሩና ከልብ ድካሙ ጋር መጠላታችንን ተሸከመ፤ በእርግጥ በተሰበረ ልብ ነው ህይወቱን ሰጥቶ የሞተው፡፡ ሁለተኛ በመጠላቱና በመገለሉ ምክንያት እኛ ተቀባይነት አግኝተናል ይህ ልውውጥ ነው፡፡ ጥሩውን እናገኝ ዘንድ ኢየሱስ ክፉውን ነገር ተሸከመ፡፡ የእርሱን ደስታ እናገኝ ዘንድ ኃዘናችንን ተሸከመ ፡፡

አንዳንድ ጊዜ ማወቅ የሚያስፈልገን ነገር ቢኖር እነዚህን ሁለት እውነታዎችን አጥብቆ መያዝ ነው፡፡ ከብዙ ዓመታት በፊት ወደ አንድ ካምፕ ለስብከት ስሔድ አንድ ሴት ከፊት-ለፊቴ በችኮላ እየሄደች ወደ እኔ ደርሳ ተጋጨን፡፡ ትንፋሽዋ እጥር-እጥር እያለ ወንድም ፐሪንስ እግዚአብሔር ከአንተ ጋር እንድንገናኝና እንድነጋገር ይፈልግ

እንደሆነ ለማወቅ እፀልይ ነበር፡፡ ደህና አሁን ተገናኘተናል ችግርሽ ምንድን ነው? እኔ ወደ ስብከት ቦታ እየቸኮልኩ ስለሆነ ሁለት ደቂቃ ብቻ እንድታናግሪኝ እፈቅድልሻለሁ አልኳት፡፡ ሴትዮዋ ንግግርዋን ቀጠለች ነገር ግን ከግማሽ ደቂቃ በኋላ ንግግርዋን አቋረጥኳትና ቆይ የአንቺ ችግር ምን እንደሆነ አውቄያለሁ ብዙ መስማት አልፈልግም አልኳት፡፡ መልሱን አግኝቼዋለሁ የአንቺ ችግር መጠላትና መገለለል ስለሆነ ከእኔ በኋላ ጮክ እያልሽ የምናገረውን ቃል እየደገምሽ እንድትፀልይ እፈልጋለሁ አልኳት፡፡ በቅድሚያ ልናገር የፈለኩትን ነገር አልነገርኳትም፡፡ ዝግጅት አልባ በሆነ አነጋገር መፀለይ ጀመርኩ፡፡ ቃል-በቃል እኔ የምናገረውን እየተናገረች መፀለይ ቀጠለች፡፡

እግዚአብሔር አባት ሆይ አመሰግንሃለሁ ስለወደድከኝ ልጅህን ኢየሱስን በእኔ ፋንታ እንዲሞት ስለ ሰጠህ ኃጢያቴን ተሸከመ መጠላቴንም ተሸከመ የእኔን እዳ ከፈለ፤ ምክንያቱም እኔ ወደ አንተ የመጣሁት በእርሱ በኩል ነው፤ ስለዚህ እኔ አልተጠላሁም እኔ የማልፈለግ አይደለሁም እኔ የተገለልኩ አይደለሁም፤ በእርግጥ ትወደኛለህ እኔ በእርግጥ የአንተ ልጅ ነኝ፤ አንተ በእርግጥ አባቴ ነህ፤

የቤተሰብህ አባል ነኝ፤ በዓለም ላይ በጣም ጥሩ የሆነው ቤተሰብ አባል ነኝ፤ መንግስተ ሰማይ ቤቴ ነው፤ እግዚአብሔር ሆይ አመሰግንሃለሁ፡፡

ፀሎቱን ከጨረስን በኋላ አሜን ብዬ ደህና ሁኚ ብዬ አሰናበትኳትና ከዚያ እኔ ሄድኩ፡፡ ከአንድ ወር በኋላ ከሴትየዋ ደብዳቤ ደረሰኝ፣ የፀለይንበትን ጊዜ ጠቅሳ እንዲህ አለች፣ «እኔ ልነግርህ የምፈልገው ከእኔ ጋር ስላጠፋሃቸው ሁለት ደቂቃዎችና እኔ የፀለይኳቸው ፀሎቶች እንዴት አድርገው ህይወቴን በሙሉ እንደለወጡት ነው፤ከዚያን ጊዜ ጀምሮ ልዩ ሰው ሆኛለሁ፡፡» ደብዳቤዋን እያነበብኩ እያለ በፀሎቱ ጊዜ ምን እንደሆን ለመረዳት ቻልኩ፡፡ ከጥላቻና ከመገለል ተቀባይነት ወደ ማግኘት መሸጋገሯን ተረዳሁ፡፡

የእግዚአብሔር ቤተሰብ ድንቅ የሆነ ቤተሰብ ነው፤ከ እግዚአብሔር ቤተሰብ እኩል የሆነ ቡተሰብ የለም፤ የራስህም ቤተሰቦች ለአንተ አይጨነቁም፤አባትህ ጠልቶሃል እናትህም ለአንተ ጊዜ የላትም፤ወይም ባልሽ ፍቅር አሳይቶሽ አያውቅም፤እግዚአብሔር እንደሚፈልግህ በአእምሮህ ተረዳ፡፡ አንተ ተቀባይነትን አግኝተሃል በጣም የተወደድክ ነህ፤አንተ ልጅ ልዩ ጥበቃና እንክብካቤ የሚደረግልህ ሰው ነህ፤በዓለም ላይ እግዚአብሔር የሚያደርገው ነገር ሁሉ በአንተ ዙሪያ ይዞራል፡፡ ጳውሎስ ለቆሮንቶስ አማኞች ከፍተኛ ደረጃ የደረሱ

ክርስቲያኖች ባይሆኑም ይህ ሁሉ ለእናንተ ጥቅም ነው አላቸው (2ቆሮ4፡15) ፡፡ እግዚአብሔር የሚያደርገው ነገር ሁሉ ስለ እኛ ነው፤ ይህንን ስትረዳ ትዕቢት አይሰማህም፤ ነገር ግን ትሁት ያደርግሃል፡፡ የእግዚአብሔርን ፀጋ ስትመለከት ለትዕቢት ምንም ቦታ አይኖረውም፡፡

ኢየሱስ ከመሰቀሉ በፊት የፀለየው የመጨረሻ ፀሎት ለሐዋርያቱና ለተከተሉት ወደፊት ለሚከተሉት በጣም ጠቃሚ ነበር (ዮሐ17፡20)፡፡ ያ ፀሎት ከ እግዚአብሔር ጋር ያለንን ግንኙነት ያመለክታል፡፡ እግዚአብሔር እንደ አባታችን እንዲህ በማለት ይደመድማል፡፡

ፃዲቅ አባት ሆይ ዓለም ባያውቅህም እኔ አውቅሃለሁ እነዚህም አንተ እንደላከኸኝ ያውቃሉ ለእኔ ያለህ ፍቅር በእነርሱ እንዲሆን እኔም በእነርሱ እንድሆን አንተን እንዲያውቁህም አደርጋለሁ (ዮሐ17፡25-26)፡፡

ኢየሱስ እግዚአብሔርን እኛ እንደ አባት እንድናውቀው የሚያደርገው እንዴት አድርጎ ነው? አይሁድ ለአሥራ አራት መቶ ዓመታት እግዚአብሔርን እንደ ያህዌህ ያውቁታል፡፡ ነገር ግን እንደ «አባት»ሊያስተዋውቀው የቻለው ልጁ ኢየሱስ ነው፡፡ ለ ሐዋርያቱ በፀለየው ፀሎቱ ላይ

ኢየሱስ ስድስት ጊዜ ነው እግዚአብሔርን እንደ «አባት« የጠቀሰው (ቁ1፣5፣11፣21፣24፣25)፡፡

ኢየሱስ ሲጸልይ« እኔ» እንዲያውቁህ ማድረጌን እቀጥላለሁ አለ (ቁ. 26)፡፡ እግዚአብሔርን እንደ «አባት« መግለፁን እቀጥልበታለሁ ማለቱ ነው፡፡ ከዚያ ወደ መገለጡ ዓላማ እንመጣለን፡፡ ለእኔ ያለህ ፍቅር በእነርሱ እንዲሆን እኔም በእነርሱ እንድሆን አንተን እንዲያውቁ አድርጋለሁ (ቁ.26)፡፡

እኔ እንደምረዳው ኢየሱስ በውስጣችን ሲሆን እግዚአብሔር ልክ ኢየሱስን በሚወድበት ፍቅር እኛን ይወደናል ማለቱ ነው፡፡ ኢየሱስ ክርስቶስ ለ እግዚአብሔር ተወዳጅ እንደሆነ ነው እግዚአብሔር እንዲሁ እኛን የሚወደን፡፡ ኢየሱስ በእኛ ውስጥ አለ ስለዚህ እግዚአብሔር ኢየሱስን እንደሚወደው አድርገን እንወደዋለን፡፡

ይህ የሚወክለው የኢየሱስ የዚህ ምድር አገልግቱ ዓላማ ነው፡፡ በአባትና በልጅ መካከል ወዳለው ፍቅርና ግንኙነት ሊያመጣን ነው፡፡ ይህንን በሁለት መልኩ ልናየው እንችላን፡፡ አብ ለክርስቶስ ያለውን ዓይነት ፍቅርና ለእኛ መስጠት ብቻ ሳይሆን ይህንን ፍቅር ኢየሱስ ለአብ ያለውን ፍቅር መቀበል እንችላለን፡፡

ተወዳጁ ሐዋርያ እንደሚነግረን «በፍቅር ፍርሃት የለም እውነተኛ ፍቅር ግን ፍርሃትን ያስወግዳል (1ዮሐ4፡18)» ከእግዚአብሔር ጋር ያለን ግንኙነት እያደገ ሲሔድ ለአመፃ ቦታ አይሰጥም ለአለመታመንና ለጥላቻ ቦታ የለም፡፡

ምናልባት ስለወላጅ አባትህ ጥሩ ያልሆነ ትዝታ ሊኖርህ ይችላል፡፡ እግዚአብሔር አባቶች ሁሉ የራሱን ምሳሌ እንዲይዙ ይፈልጋል፡፡ ብዙ አባቶች ምሳሌ መሆን አልቻሉም፡፡ ነገር ግን የሚወድህ ሰማያዊ አባት አለህ፡፡ ስለ አንተ የሚረዳ፣ ለ አንተ መልካም የሚያስብ፣ መልካም ነገር የሚያቅድ አለ፡፡ አይተውህም፣ አንተን አይቃወምም፣አይጠላህም፣ አይተውህም፡፡ ለ አንዳንዶች ተቀባይነት ማግኘታችንና በክርስቶስ የእዚአብሔር አባትነት ስናውጅ የመገለል ነገር መፍትሄ ያገኛል፡፡

ለ አንዳንዶች ይህ መፍትሄ አይሆንም፡፡ የአንተም ችግር እንዳልተፈታ ካወቅህ ተጨማሪ እርዳታ ያስፈልግሃል ማለት ነው፡፡ በሚቀጥለው ምዕራፍ መከታተል አለብህ፡፡ አንዳንድ ልምምዳዊ እርምጃዎች እንዴት መወሰድ እንዳለባቸው ስገልጽ የእግዚአብሔር ስጦታ እንዴት በህይወትህ ተግባራዊ እንደሚሆን ታያለህ፡፡

ምዕራፍ ስድስት

መፍትሄውን እንዴት እንደምንጠቀም

በዚህ ነጥብ ላይ መንፈስ ቅዱስ መመርመሪያውን ወደ ቁስላችሁ ውስጥ እንዲያስገባ ፈቅዳችኋል፡፡ ህመምና ስቃይ የፈጠረባችሁን ነገር አግኝቶታል፡፡ የእግዚአብሄርን መፍትሄ ለመቀበል ተዘጋጅተሃል ወይ? ስለዚህ መከተል ያለባችሁ ተከታታይነት ያላቸው አምስት ደረጃዎች አሉ፡፡

ደረጃ - አንድ

እርዳታውን ከማግኘታችን በፊት ጎጂና በጣም የሚያሳምም ቢሆንም መገለልና መድልዎ እግዚአብሔር ሁልጊዜ ወደ እውነት ያመጣዋል፡፡ ችግርህን ለይተህ እወቅ፣በስሙ ጥራው፡፡

ደረጃ - ሁለት

ኢየሱስን እንደ ምሳሌ እንውሰድ

የተጠራችሁለት ለዚህ ነውና ክርስቶስ ዳግም ፍለጋዉን እድትከተሉ ምሳሌ ትቶላችሁ ስለ እናንተ መከራን ተቀብሏልና (1ጴጥ2፡21)

ኢየሱስ ጥላቻና መገለልን እንዴት ነው የተቀበለው? ለሦስት ዓመታት ተኩል ያህል ህይወቱንም

መልካም ለማድረግ የኃጢአት ሥርየትን በመስጠት ፣ በአጋንንት የተጠቁትን ነፃ በማውጣት፣ በሽታዎችን ለመፈወስ ነበር ሙሉ በሙሉ ህይወቱን የሰጠው፡፡ ወደ አገልግሎቱ ፍፃሜ ሲቃረብ የሮማዊው ገዢ የኢየሱስ ወገኖች ለሆኑት ለአይሁድ ምርጫ ሰጣቸው፡፡ በርናባስ የተባለውን ወንበዴ ወይም የናዝሬቱ ኢየሱስን ከእስር ቤት ሊፈታላቸው ፈቅዶ ነበር፡፡ በርናባስ በፖለቲካ ጽንፈኝነትና በነፍስ ግድያ ወንጀል ወህኒ የወረደ ሰው ነበር፡፡ በሰው ልጅ ታሪክ ውስጥ በጣም አሣዛኝ በሆነ ውሳኔ ኢየሱስን ክደውና ጠልተው በርናባስ እንዲፈታላቸው መረጡ፡፡ ሸንጎው እየጮኸ አስወግደው! አስወግደው! ስቀለው እያሉ ጮሁ አንፈልገውም አንፈልገውም አሉ፡፡ ኢየሱስ ግን ለ እነርሱ ምላሽ «አባት ሆይ የሚያደርጉትን አያውቁም ይቅር በላቸው አለ» (ሉቃ 23፡34)፡፡

በሁለተኛው ደረጃ ደግሞ ይቅርታ ማድረግ ነው፡፡ ይህንን ማድረግ ቀላል ነገር አይደለም፡፡ በእርግጥ ይህንን ለማድረግ በራሳችሁ ሊከብዳችሁ ይችላል፡፡ ነገር ግን ብቻችሁን አይደላችሁም፡፡ ወደዚህ ደረጃ ስትደርሱ መንፈስ ቅዱስ ከ እናንተ ጋር አለ፡፡ ራሳችሁን ለእርሱ ካስገዛችሁ የሚያስፈልጋችሁን መለኮታዊ ፀጋ ይሰጣችኋል፡፡

እንዲህ ለማለት ትችሉ ይሆናል፣ የጎዳኝ ሰው ሞቷል ፣ ስለዚህ ለምንድን ነው ይቅርታ የማደርግለት? ቢሞት ወይም በህይወት ቢኖር

ይህንን ያህል ጠቃሚ አይደለም፡፡ ይቅርታ የምታደርገው ለራስህ ስትል ነው፣ ስለሌላው ሰው ስትል አይደለም፡፡

ይህንን መልዕክት የሰማ አንድ ጥሩ የሆነ ክርስቲያን አውቃለሁ፡፡ በአባቱ ላይ መራርነት፣ ቅሬታ፣ ቁጣ፣አመጽ ይዞ ነበረ የሚኖረው፡፡ አባቱ ከሞተ ብዙ ዘመናት ቢሆነውም በብዙ ኪሎሜትር ርቀት ላይ ወደሚገኘው አባቱ ወደ ተቀበረበት መቃብር ሚስቱን ይዞ ተጓዘ ፡፡ ይህ ወጣት ሰው ሚስቱን መኪና ውስጥ ትቶ ወደ አባቱ መቃብር ሄደ፡፡ በአባቱ መቃብር አጠገብ ተንበርክኮ በልቡ የነበረውን መራነት ሁሉ ዘረገፈ፡፡ ለአባቱ ይቅርታ ማድረጉ እስከሚሰማው ድረስ ለተወሰኑ ሰዓታት ከተንበረከከበት አልተነሳም፡፡ ከመቃብሩ ቦታ የሄደው ፍጹም የተለወጠ ሰው ሆኖ ነው፡፡ ሚስቱ የመሰከረችው አዲስ ባል እንዳገኘች ነው፡፡ አባቱ ሞቷል ነገር ግን ቅሬታው ከርሱ ጋር ይኖር ነበር፡፡ የቤተሰብና የልጅ ግንኙነት በጣም ጠቃሚ ነው፡፡ በተለይ ወጣቶች ይህንን ማስታወስ አለባቸው፡፡

ከዚህ ጋር የተያያዘው ብቸኛው የተስፋው ቃል ይህ ነው፤

እግዚአብሔር አምላክህ እንዳዘዘህ
አባትህንና እናትህን አክብር
እግዚአብሔር አምላክህ በሚሰጥህ

ምደር ላይ እድሜህ እንዲረዝም መልካም እንዲሆንልህ (ዘዳ5፡16)፡፡

ስለዚህ ነገር እርግጠኛ መሆን አለብህ፡፡ እናትና አባትህን የማታከብር ከሆንክ ህይወትህ ጥሩ አይሆንምነገሮች አይሳኩልህም፡፡ እናትና አባትህን ካከበርክ ግን እግዚአብሔር በረጅም እድሜ ይባርክሃል (ኤፌ 6፡2-3)

መልካም እንዲሆንልህ ዕድሜህም በምድር ላይ እንዲረዝም አባትህንና እናትን አክብር እርስዋም የተሰፋ ቃል ያላት ፊተኛይቱ ትዕዛዝ ናት (ኤፌ 6፡2-3)፡፡

እንዲህ ማለት ትችሉ ይሆናል ፣እናቴ ሴተኛ አዳሪ ነች አባቴ ጠጪ ሰካራም ነው፣እነዚህን እንዳከብር ይጠበቅብኛል? አዎን እንደ ሴተኛ አዳሪነትዋ አይደለም እንደ ሰካራምነቱም አይደለም ነገር ግን እንደ እናትና አባትህ ማክበር ይገባሃል፤ይህ የእግዚአብሔር ትዕዛዝ ነው እግዚአብሔር የሚፈልገው ነገር ነው፡፡

በመጀመሪያ ለብዙ ጊዜ ሌላ ቦታ ቆይቼ ስመለስ በመንፈስ ቅዱስ ሰሞላና ደህንነትን ባገኘሁበት ጊዜ ከወላጆቼ የበለጠ የማውቅ መስሎኝ ነበር፡፡ ማርክ ታዊን አንድ ጊዜ ወደ ቤተሰቦቹ ሲመለስ እርሱ ባልነበረበት ጊዜ ብዙ ነገር እንደተማሩ ተረዳ፡፡

አንድ ጊዜ እግዚአብሔር ይህንን ህግ አሣየኝ፡፡ ሁሉም ነገር መልካም እንዲሆንልህ ከፈለግህ እናትና አባትህን ማክበር አለብህ፡፡ እናትና አባቴ ሁለቱም ሞተዋል ነገር ግን እነርሱን እንዳከብር እግዚአብሔር ስላስተማረኝ አመሰግነዋለሁ፡፡ ሁሉ ነገር መልካም ሊሆንልኝ የቻለው ምክንያቱ ይህ ይመስለኛል፡፡

ይህን ህግ በሁለቱም አቅጣጫ ተመልክቼዋለሁ፡፡ ወላጆቻቸውን ለማክበር ያልፈለጉትን ሰዎች ደግሞ ህይወታቸው እንዳልተሣካላቸው አይቻለሁ፡፡ ህይወታቸው በእግዚአብሔር ፈጽሞ አልተባረከም፡፡

ይቅርታ ማድረግ ያለመቻል የእግዚአብሔር በረከት ወደ እኛ እንዳይመጣ የሚከለክል ግድግዳ ነው፡፡ ይህ ህግ በባሎችና በሚስቶች መካከል ባለው ግንኙነት ውስጥም ይሰራል፡፡ ለ ነፃ መውጣት ወደ እኔ የመጣች አንዲት ሴት ማነጋገሬን አስታውሳለሁ፡፡ ለባልሽ ይቅርታ ማድረግ አለብሽ ስላት ለ አስራ አምስት ዓመት ህይወቴን ያበላሸውንና ሌላ ሴት ወዶ የሄደውን ባሌን ነው? አለችኝ፡፡ ደህና የቀረውን ህይወትሽን ደግሞ እንዲጎዳ ትፈልጊያለሽ? ህይወትሽ እንደተጎዳ እንዲቀጥል ከፈልግሽ ይዘሽው ተቀመጪ አልኳት ፡፡

አስተውሉ በጣም የሚጎዳው ቅር የተሰኘህበት ሰው አይደለም፤የተቀየመው ሰው ነው የሚጎዳው፡፡

አንድ ጊዜ አንድ ሰው የአልሰር በሽታ ስላለው ሰው ሲናገር ሰውየው ስለሚበላው ምግብ ሳይሆን ሰውየውን የሚጎዳው አልሰር በሽታው ነው ማለቱን አስታውሳለሁ፡፡ ይቅርታ ማድረግ ማለት ስሜታዊ እንቅስቃሴ አይደለም ውሳኔ ነውአልችልም አትበል፡፡ አልችልም ይቅርታ ማድረግ ብትልም እችላለሁ ማለትም ትችላለህ፡፡ ሥጋዊ ተፈጥሯችን ይቅርታ ለማድረግ ፈቃደኛ ባይሆንም ይቅርታ ማድረግን ምረጥ፡፡ እግዚአብሔር ይቅርታ ለማድረግ እንዲያስችልህ በህይወትህ እንዲሰራ መፍቀድ አለብህ፡፡ መንፈስ ቅዱስ ሊያስችልህ ይችላል (በእርግጥ ያስችልሃል) ይቅርታ ልታደርግ ትችላህ (አንተ ከፈቀድክ)፡፡

ደረጃ- ሦስት

ቆራጥ የሆነ ውሳኔ ወስን፣ መጥፎውን ፍሬ «ጥላቻ» በህይወት ውስጥ የዘራውን እንደ መራርነት፣ ቅሬታ፣ጥላቻና፣ አመፀኝነት ለማስወገድ ቆራጥ ውሳኔ መወሰን ያስፈልጋል፡፡ በአባቱ መቃብር ቦታ የነበረውን ወጣቱን ሰው አስታውሱ፣ እነዚህ ነገሮች መርዛማ ናቸው፡፡ ህይወትህን በሙሉ ይመርዙታል፡፡ ብዙ አካላዊ ጉዳት ያደርሳሉ፡፡ በፈቃደኝነት እንዲህ በሉ፣ መራርነት፣ቅሬታ፣ጥላቻን፣አመጸኝነትን፣ ከህይወቴ አስወጣለሁ ብላችሁ አውጇ፡፡

ደረጃ - አራት

በዚህ ደረጃ ዝም ብለህ እግዚአብሔር ለአንተ አስቀድሞ የሰራውን መቀበልና ማመን አለብህ፡፡

በውድ ልጁም እንዲያው የሰጠንን የፀጋው ክብር ይመሰገን ዘንድ ይህን አደረገ (ኤፌ1፡6)፡፡

በኢየሱስ በኩል ወደ እግዚአብሔር ስትቀርብ ተቀባይነት እንዳገኘህ ይገባሃል፣እግዚአብሔር ሁለተኛ ደረጃ ልጆች የሉትም፣ዝም ብሎ አይታገስህም ነገር ግን ይወድሃል፣በአንተ ደስ ይለዋል፤ለአንተ ይጨነቃል፣በኤፌሶን መጽሐፍ የተፃፉትን እነዚህን ውብ ቃላት ተመልከት፡፡

ዓለም ሳይፈጠር በፊቱ ቅዱሳንና ነውር ሌለን በፍቅር እንሆን ዘንድ በክርስቶስ መረጠን፡፡ በበጎ ፈቃዱ እንደወደደን በኢየሱስ ክርስቶስ ሥራ ለእርሱ ልጆች ልንሆን አስቀድሞ ወሰነን፡፡ በውድ ልጁም እንዲያው የሰጠን የፀጋው ክብር ይመሰገን ዘንድ ይህን አደረገ፡፡(ኤፌ 1፡4-6)

ዓለም ከመፈጠሩ በፊት እግዚአብሔር ለእኛ ያለው ዓላማ ልጆቹ ሊያደርገን ነው፡፡ ይህንንም በልጁ በኢየሱስ ክርስቶስ በመስቀል ላይ ሞት ፈጽሞታል፡፡ አንተ ማድረግ ያለብህ ነገር ማመን ብቻ ነው፡፡ እግዚአብሔር ልጁ እንድትሆን

መፈለጉን በኢየሱስ ክርስቶስ በኩል ወደርሱ ስትመጣ አስቀድሞ ተቀብሎሃል፡፡

ደረጃ - አምስት

ራስህን ተቀበለው ፤ አንዳንድ ጊዜ ይህን ማድረግ አስቸጋሪ ሊሆን ይችላል፡፡ እኔ ሁልጊዜ ለክርስቲያኖች የምነግራቸው ነገር ራሳችሁን ዝቅ አድርጋችሁ አትመልከቱ፤(ኤፌሶን 2፡10) የሚነግረን በክርስቶስ ኢየሱስ ተፈጠርን እኛ የእግዚአብሔር የእጆቹ ስራ ነን፡፡ እግዚአብሔር ከፈጠረው ፍጥረት ሁሉ ሰውን ጊዜ ሰጥቶ በጥንቃቄ ነው የፈጠረው፡፡

ወደኋላ ተመልሳችሁ የውድቀታችሁን ሪኮርድ፤የተሳሳተ አጀማመራችሁን፤ ስለተበላሸ ትዳራችሁ፤ስለተበላሹ ልጆቻችሁ፤የገንዘብ ክስረታችሁን ለማየት ትሞክራላችሁ፡፡ ስለዚህ ራሳችሁን እንዳልተሳካለት ሰው አድርጋችሁ ታስቀምጣላችሁ፤እግዚአብሔር ግን ወንድ ልጄ ብሎ ይጠራሃል፤ሴት ልጄ ብሎይጠራሻል፡፡ እግዚአብሔር ስለተቀበለህ አንተ ደግሞ ራስህን ተቀበለው፡፡ በኢየሱስ ክርስቶስ በኩል ወደ እግዚአብሔር ስትቀርብ አዲስ ፍጥረት ትሆናለህ፡፡

ስለዚህ ማንም በክርስቶስ ቢሆን አዲስ
ፍጥረት ነው አሮጌው ነገር አልፏል
እነሆ ሁሉም አዲስሆኗል ነገር ግን

የሆነው ሁሉ በክርስቶስ ከራሱ ጋር ካስታረቀን የማስታረቅም አገልግሎት ከሰጠን ከእግዚአብሔር ነው (2 ኛቆሮ 5፡17)፡፡

ራስህን መገምገም የሚኖርብህ ወደ ክርስቶስ ከመምጣትህ በፊት በነበረው ህይወትህ አይደለም፡፡ ምክንያቱም ከዚያን ጊዜ ጀምሮ አሁን አዲስ ፍጥረት ሆነሃል፡፡ አሁን ትክለኛው መለኪያ ራስህን የምትገመግምበት እግዚአብሔር በኢየሱስ ክርስቶስ ማን እንደሆንክ በተናገረው ነው፡፡ በክርስቶስ አንተ ማን እንደሆንክ እየደጋገምክ ስታውጀው እንደ እግዚአብሔር ቃል አሮጌ ተቃራኒ ነገር ስለ ራስህ መናገርና ታቆማለህ፤ ታሸንፋለህ ራስህን መቀበል ትማራለህ፡፡

አምስቱንም ደረጃዎች ተከታትለሃልን? ይህንን ካደረግህ መፈታትህን የምታውጅበት ጊዜው አሁን ነው፡፡ በእግዚአብሔር ተቀባይነት ስለማግኘትህ በራስህ ቃላት መፀለይ ትችላለህ፡፡ ምን ማለት እንዳለብህ በርግጥ ካላወቅህ ከዚህ ቀጥሎ ያለውን ጸሎት እንደ ምሳሌ መጠቀም ትችላለህ፡፡

ጌታ ኢየሱስ ክርስቶስ ሆይ የእግዚአብሔር ልጅ እንደሆንክ አምናለሁ፡፡ ወደ እግዚአብሔር ለመድረስ ብቸኛው መንገድነህ፡፡ በመስቀል ላይ ለእኔ ኃጢአት ሞተሃል፡፡ ሞተህም እንደገና

ተነስተሃል፡፡ ኃጢአቴን ሁሉ እናዘዛለሁ እግዚአብሔር እኔን ይቅር እንዳለኝ ሌሎች ማናቸው ሰዎችንም ይቅር እላለሁ፡፡ የጠሉኝንና የአገለሉኝን ሁሉ ይቅር እላለሁ፡፡ የጎዱኝን ፍቅር ያላሳዩኝን ሁሉ ጌታ ሆይ ይቅር እላለሁ፤ ጌታ ሆይ ይቅር እንደምትለኝ አምናለሁ፡፡ ጌታ ሆይ እንደተቀበልከኝ አምናለሁ፤ በመስቀል ላይ ለእኔ በሰራኸው ስራ ምክንያት አሁን ተቀባይነትን አግኝቻለሁ፤ በጣምም ተወዳጅ ነኝ፤ በእርግጥ ትወደኛለህ፤ ትፈልገኛለህ ለእኔም ትጠነቀቃለህ፤ የአንተ አባት የእኔም አባት ነው፤ መንግስተ ሰማይ ቤቴ ነው፤ የእግዚአብሔር ቤተሰብ አባል ነኝ፤ በዓለም ላይ ድንቅ የሆነው ቤተሰብ አባልነኝ፤ አመሰግናለሁ! አመሰግናለሁ! አመሰግናለሁ! አመሰግናለሁ! ጌታ ሆይ ራሴን አንተ እንደፈጠርከኝ አድርጌ እቀበለዋለሁ፡፡ እኔ የአንተ የእጅ ስራ ነኝ፡፡ ስለ ሰራኸው ነገር አመሰግንሃለሁ፡፡ በእኔ ጥሩ ነገር መስራት እንደጀመርክ አምናለሁ፡፡ ይህንንም መልካም ስራ በህይወቴ ውስጥ መሥራት ትቀጥላለህ እስከህይወቴ ፍፃሜ ድረስ፡፡ ስለዚህ ጌታ ሆይ ከማንኛውም የጨለማ አሰራርና ክፉ መናፍስት ያገኙትን እድል በመጠቀም በህይወቴ ጉዳት ያደረሱብኝን እንዲለቁኝ አውጃለሁ፡፡ መንፈሴን ነፃ አደርጋለሁ በአንተ ደስ እንዲለኝ፡፡ በድንቅ ስምህ አሜን፡፡

ከሚያሰቃዩን ክፉ መናፍስቶች ነፃ የምንወጣበት ጊዜ አሁን ነው፡፡ አሁን በፀለይከው ፀሎት ላይ የሚታገሉህ የሚመስሉ ኃይላት እንዳሉ ከተሰማህ እነዚህ ክፉ መናፍስቶች ናቸው፡፡ በዚህን ጊዜ በአእምሮህ አንድ ቃል ሊቀረጽ ይችላል፡፡ መገለል፣ቅሬታ የሚሉት ቃላት በአእምሮህ ሊመጡ ወይም ተመሳሳይ ሰዎች ሊሆኑ ይችላሉ፡፡ መንፈስ ቅዱስ በዚህን ጊዜ የጠላትህን ማንነት እየገለጸው ነው፡፡ በስሙ ጠርተህ ካደው ቀጥለህ አስወጣው፡፡ በማንኛውም መንገድ ራሱን ቢገልጽ አትጨነቅ አስወጣው፡፡ በትንፋሽ፣በማልቀስ፣በእምባ በማንኛውም መንገድ ይሁን ብቻ አስወጣው፡፡ ይህ ጊዜ ስትናፍቀው የነበረ ነው፡፡ በዚህን ጊዜ ስለክብርህና ስለማንነትህ አትጨነቅ፡፡ መንፈስ ቅዱስ የሚሰጥህን እገዛ ተቀበል፡፡

ነፃ መሆንህ ከተሰማህ ድምፅህን ከፍ አድርገህ እግዚአብሔርን ማመስገንህን ቀጥል፡፡ ጌታ ሆይ አመሰግንሃለሁ! ጌታ ሆይ አመሰግንሃለሁ! ነፃ ስላወጣኸኝ አመሰግንሃለሁ! ለእኔ ስላደረከው ነገሮች ሁሉ አመሰግንሃለሁ፡፡ እግዚአብሔርን ስታመሰግን በነፃ መውጣትህ ላይ ማህተም ታደርጋለህ፡፡ ስለዚህ አሁን የነፃነት ህይወት ለመኖር ዝግጁ ነህ፡፡

ምዕራፍ ሰባት

በእግዚአብሔር ቤተሰብ ውስጥ ተቀባይነት ማግኘት

ሙሉ የሆነ ተቀባይነት ለማግኘት አንድ ጠቃሚ የሆነ ደረጃ ይቀራል፡፡ ይህም ከ እግዚአብሔር ሰዎች ተቀባይነት ማግኘትን መፈለግና በክርስቶስ አካል ውስጥ ቦታህን ፈልጎ ማግኘት ነው፡፡ እንደ ክርስቲያን ለብቻችን ተለይተንና ተገለን የምንኖር ግለሰቦች አይደለንም፡፡ ከአማኞች ጋር ግንኙነት እንድናደርግ ተጠርተናል፡፡ የእኛ ተቀባይነት ማግኘታችን የሚሰራበት አንዱ መንገድ በዚህ ግንኙነት ውስጥ ነው፡፡

በዕለት-ተዕለት ኑሮአችን በሰማዩ አባታችን ተቀባይነትን ማግኘት የመጀመሪያውና በጣም አስፈላጊው ደረጃ ነው፡፡ ተቀባይነት ማግኘት ከአማኞች ጋር በምናደርው ግንኙነት መገለጽ አለበት፡፡ ክርስቲያኖች በአንድነት ተሰባስበው ጳውሎስ እንደፃፈውየዚያ አካል ከሆነው ከእያንዳንዱ ክርስቲያን ጋር አንድነት ይመሰርታሉ፡፡

በአንድ አካል ብዙ ብልቶች እንዳሉን የብልቶቹም ሁሉ ስራ አንድ እንዳይደለ እንዲሁም ብዙዎች

ስንሆን በክርስቶስ አንድ አካል ነን (ሮሜ12፥45)፡፡

በክርስቶስ አንድ አካል እንደመሆናችን መጠን አንዱ ለሌላው አካል ስለሚያስፈልገው ግንኙነት ካላደረግን ሙሉ ሰላም፣ደስታ፤ ወይም ተቀባይነት አናገኝም፡፡

አካል ብዙ ብልቶች እንጂ አንድ ብልት አይደለምና እግር እኔ እጅ አይደለሁምና የአካል ክፍል አይደለሁም ብትል ይህን በማለትዋ የአካል ክፍል መሆኗ ይቀራልን? አካል ሁሉ ዓይን ቢሆን መስማት ወዴት በተገኘ? (1ኛ ቆሮ12፥14)፡፡

አንተ የአካሉ ብልት ነህ ስለዚህ እግር፣እጅ፣ጆሮ ወይም ዓይን ልትሆን ትችላህ፡፡ ነገር ግን ከ አካሉ ተለይተህ ፍፁም ልትሆን አትችልም፡፡ ስለዚህ ነው በአካል ውስጥ ቦታህን መፈለጉ በጣም ጠቃሚ የሚሆነው፡፡

ዓይን እጅን አታስፈልገኝም ልትለው አትችልም፡፡ ወይም ራስ ደግሞ እግሮችን አታስፈልጉኝም ሊላቸው አይችልም፡፡ ነገር ግን ደካሞች የሚመስሉ የአካል ብልቶች ይልቁን ሚያስፈልጉ ናቸው፡፡ ከ አካልም ብልቶች ያልከበሩ ሆነው የሚመስሉን በሚበዛ ክብር እናለብሳቸዋለን፡፡ በምናፍርባቸው ብልቶቻችን ክብር

ይጨመርላቸዋል፡፡ ክብር ያላቸው ብልቶቻችን ግን ይህ አያስፈልጋቸውም (1 ኛቆሮ 12፥21-23)፡፡

ማንኛችንም አማኝ ለሆነ ወንድማችን ወይም እህታችን «አልፈልጋችሁም» አንልም፡፡ ሁላችንም አንዱ ሌላውን ይፈልጋል፡፡ እግዚአብሔር አካልን አንዱ ለ ሌላው አጋዥ እንዲሆን አድርጎ ነው የፈጠረው፡፡ ማንኛቸውም ለብቻቸው በተገቢ ሁኔታ ሊሰሩ አይችሉም፡፡ ይህ ለሁላችንም ይሰራል፣ለአንተም ይሰራል፣ስለዚህ ሌሎች ብልቶች ያስፈልጉሃል፣እነርሱም አንተን ይፈልጋሉ፡፡ በአካሉ ውስጥ ቦታህን ፈልጎ ማግኘት በዕለት-ተዕለት ልምምድህ ተቀባይነትህን እውነተኛ ያደርገዋል፡፡

አዲስ ኪዳን ክርስቲያኖች የሚሰጠን ሌላው ሥዕል አንድ ቤተሰብን ነው፡፡ሁላችንም ለአንዱ ቤተሰብ አባል ነን፡፡ ኢየሱስ ለሐዋርያቱ የፀለየው ትልቁ ፀሎት «አባታችን ሆይ»የሚለው ሁለት ነገሮችን ያመለክተናል (ማቴ 6፥9 ተመልከት)፡፡ በመጀመሪያ እግዚአብሔር «አባት» እንዳለን፡፡ ይህም ማለት በቀጥታ በእግዚአብሔር ተቀባይነት አግኝተናል፡፡ ነገር ግን የፀሎቱ የመጀመሪያ ቃል «የእኛ» ነው የሚለው «የእኔ» አይልም፡፡ ሁለተኛውን ነገር የሚነግረን ሌሎች ልጆች ያሉበት የአንድ ቤተሰብ አባላቶች ነን፣ ተቀባይነታችን

ውጤታማ የሚሆነው በቤተሰብ ውስጥ ቦታችንን ፈልገን ስናገኝ ነው፡፡ ወደላይ ደግሞ በእግዚአብሔር ተቀባይነት እናገኛለን ወደ ጎን ደግሞ በእግዚአብሔር ቤተሰብ ውስጥ ተቀባይነት ይኖረናል፡፡

ከዚህ የተነሳ እናንተ ከቅዱሳን ጋር የአንድ አገር ዜጋ የእግዚአብሔርም ቤተሰብ አባል ናችሁ እንጂ ከእንግዲህ ወዲህ መፃተኞችና እንግዶች አይደላችሁም (ኤፌ 2፡12)፡፡

አማራጩ እንደ እንግዳና መፃተኛ መኖር ነው፡፡ እነዚህን ቃላት«እንግዶችና» «መፃተኞች» አንፈልጋቸውም፡፡ እኔ ወደ አሜሪካ የገባሁት እንደ እ.ኤ.አ በ1963 ዓ.ም ነው፡፡ እስከ 1970 ዓ.ም ድረስ የዚያ አገር ዜግነት አልተሰጠኝም፡፡ በዚህ አገር ለሰባት ዓመታት እንግዳ ሆኜ ኖሬያለሁ፡፡ በትውልድ ዜግነት የሚያገኙት ሰዎች እንግድነት ምን ማለት እንደሆነ አይገባቸውም፡፡ በእያንዳንዱ ዓመት መጀመሪያ በጃንዋሪ ወደ ፍትህ ቢሮ በመሄድ የነዋሪነት ቅጽ እሞላለሁ፡፡ የምኖርበትን ቦታ በጽሁፍ አሳውቃቸዋለሁ፤ ከአገር ሊያስወጡኝ ከፈለጉ ወይም ስለ እኔ ጥያቄ ሲኖራቸው በቀላሉ እንዲያገኙኝ ማለት ነው፡፡ በአካባቢም ሆነ በፌደራል ደረጃ መምረጥ አልችልም፡፡ ከአገር ውጪ ለመሄድ ከፈለግሁ በአውሮፕላን ማረፊያ

የአሜሪካ ዜግነት ካላቸው ሰዎች በተለየ ሰልፍ መሰለፍ አለብኝ፡፡ በምመለስበት ጊዜ ከፓስፖርቴ ጋር በአሜሪካ ነዋሪ የሆንኩ እንግዳ ሰው መሆኔን የሚገልፅ አንድ ትንሽ አረንጓዴ ካርድ (ግሪን ካርድ) ማቅረብ አለብኝ፡፡

በመፃተኞችና በዜጎች መካከል ልዩነት አለ፡፡ መፃተኛና እንግዳ የዜግነት መብት የለውም፡፡ ነገር ግን እግዚአብሔር እንዲህ አለ «ከእንግዲህ ወዲህ እንግዳና መፃተኛ አይደላችሁም» አሁን ወደ ውስጥ ገብታችኋል፤ የእኔ ቤተሰብ አባል ናችሁ፡፡ ይህም እውነት የሚሆነው በቤተሰብ ውስጥ ቦታህን ፈልገህ ስታገኝ ነው፡፡ መዝሙረኛው እንዲህ በማለት ይፅፋል«እግዚአብሔር ብቸኞችን በቤተሰብ መካከል ያኖራል» (መዝ 68፡6)፡፡

ብቸኛ ነህ? በሚሊዮን የሚቆጠሩ ሰዎችም እንዲሁ ብቸኛ ናቸው፡፡ እግዚአብሔር ለብቸኞች ቤተሰብ እንዳዘጋጀ አያውቁምን ?« እስረኞችን ነፃ አውጥቶ በዝማሬ ያስፈነድቃል አመፀኞች ግን በምድረ በዳ ይኖራሉ» (መዝ 68፡6)፡፡ የእግዚአብሔር ዓላማ አንተን ወደ ቤተሰብ ውስጥ ለማምጣት ነው፡፡ ይህንን ሲያደርግ አንተን ያሰሩህን ሰንሰለቶች ይቆርጣቸዋል፣ወደ ደስታ ያመጣሃል፤ የእግዚአብሔርን አመራር ያልተቀበሉ ሰዎች ብቻ በምድረበዳ ይኖራሉ፡፡

እንዴት አድርገህ የእግዚአብሔር ቤተሰብ ልትሆን እንደቻልክ ስትረዳ ልትገረም ትችላለህ፡፡ በቤተክርስቲያን ውስጥብዙ የተለያዩ ስሞች ያሏቸው ቡድኖችን ልትቀላቀል ትችላለህ፡፡ ህብረቶችና የሚሲዮን አገልግሎት የመሳሰሉትን ማለት ነው፡፡ ስሙ ግን ጠቃሚ አይደለም፡፡ ነገር ግን እውነተኛ ተቀባይነት እንድታገኝ የሚረዱህን ቡድኖች ፈልጎ ማግኘት ቀላል አይደለም፡፡ «የጋብቻ ኪዳን» (marriage covenant) በሚለው መጽሐፌ ላይ ዘጠኝ ጥያቄዎችን በዝርዝር አስቀምጫለሁ፡፡ እንዲህ ዓይነቱን ቡድን ለመቀላቀል የሚፈልግ ማንኛውም ሰው ከቡድኑ ጋር ከመቀላቀሉ በፊት ቀጥሎ ለተዘረዘሩት ጥያቄዎች መልስ ማግኘት አለበት፡፡

1. ኢየሱስ ክርስቶስን ያስከብራሉ ከፍ ከፍ ያደርጉታል?

2. የእግዚአብሔርን ቃል ሥልጣን ያከብራሉ?

3. ለመንፈስ ቅዱስ እንቅስቃሴ ቦታ ይሰጣሉ?

4. የሞቀ የጓደኝነት ዝንባሌ ያሳያሉ?

5. እምነታቸውን ዕለት-በዕለት መለማመድ በተግባር ያሳያሉ?

6. ቤተክርስቲያን ከመካፈል ያለፈስ የእርስ-በእርስ ግንኙነት ይገነባሉ?

7. ሁሉንም ፍላጎቶች ለማሟላት የመጋቢነት ሥራ ይሰራሉ?

8. ከሌሎች ክርስቲያን ቡድኖች ጋር ህብረት ለማድረግ ፍቃደኞች ናቸው?

9. በእነርሱ መካከል ስትሆን ቤትህ እንዳለህ ነፃነት ይሰማሃል?

መልሱ ለ እነዚህ ሁሉ ጥያቄዎች በከፊል «አዎን»ከሆነ አንተ ሞቆሃል ማለት ነው፡፡እርግጠኛውን ምሪት ከ እርሱ እስከምታገኝ ድረስ እግዚአብሔርን መፈለግህን ቀጥል፡፡ ማስተዋል ያለብህ ነገር ምናልባት ፍፁም የሆነ ቡድን ላታገኝ ትችላለህ፡፡

አሁን ከብቸኝነት ለማምለጥ መንገዱን አውቀሃል፡፡ እንዲሁም ከውጭ ሆነህ ተመልካች የመሆንን ስሜት እንዴት እንደምታስወግድ አውቀሃል፡፡ ህያው ከሆነ አካል ጋር አንድ ሆነሃል፡፡ በአካሉ ውስጥ ቦታህንና አገልግሎትህን ፈልገህ ስኬት ትለማመዳለህ፡፡ በጋብቻ ቃል-ኪዳን መጽሐፌ መጨረሻ ላይ በእግዚአብሔር ህዝቦች መካከል ቦታቸውን መፈለግ ያለባቸው ሰዎች መፀለይ ስላለባቸው ፀሎት ማሳሰቢያ ሰጥቼአለሁ፤እዚህም ላይ አስገብቼዋለሁ፤ የራስህን ስሜት የሚገልፅ ከሆነ እስከ መጨረሻ ድረስ አንብበው፤ ከዚያ ወደ ራስህ ቃላት ለውጠህ የራስህ ፀሎት ታደርገዋለህ፡፡

«አባት ሆይ!»«ብቸኛ ያልተሟላ ህይወት መኖሬን እቀበለዋለሁ»

«በቤትህ መኖርን እመኛለሁ» (መዝ84፡4) እንዲሁም ራሳቸውን ከሰጡ መንፋሳዊ አማኝ ቤተሰቦች አካል መሆን እፈልጋለሁ፡፡ በእኔ ውስጥ ወደ ኋላ የሚጎትተኝ ነገር ቢኖር ከእኔ እንድታስወግደው እጠይቅሃለሁ፡፡ ምኞቴን ለመፈፀም ወደምችልበት ቡድን ምራኝ እነርሱ የሚፈልጉብኝንም ነገር እንድፈፅም እርዳኝ በኢየሱስ ስም አሜን»፤

ይህንን ፀሎት በቅንነት ፀልየህ ከሆነ አንድ ነገር በህይወታችን እንደሚፈፀም አረጋግጥላችኋለሁ፤እግዚአብሔር ይንቀሳቀሳል፡፡ አዲስ ህብረትና አዲስ አመራር ይሰጣችኋል፡፡ ከምድረበዳ ያወጣችኋል፤የራሱ ቤተሰብ አባል ያደርጋችኋል፣የአካሉም አባል ትሆናላችሁ፡፡

ምዕራፍ ስምንት

የመለኮታዊ ፍቅር መፍሰስ

እስካሁን ድረስ ያየናቸውን ነገሮች ለማጠቃለል ብዙ ሰዎች ከሚደርስባቸው መንፈሳዊ የመገለል ቁስል እንደሚሰቃዩ አይተናል፡፡ ከክህደትና ከኃፍረት፤ ልዩ የሆኑት ደግሞ ከወላጆች መገለል፤ ፍቺ ፤በማህበረሰብ መጠላት ፤በህፃናት ስለሚደርስ ጥቃት ናቸው፡፡

ክርስቶስ ለተጎዳውና ለቆሰለው መንፈሳችን ፈውስ ተከታታይ የሆነ ልውውጥ በመስቀል ላይ ስለ እኛ አድርጓል፡፡ እኛ በእግዚአብሔርና በቤተሰብ ተቀባይነት እንድናገኝ በእግዚአብሔርና በሰው ተጠልቷል፡፡ የክብሩ ተካፋይ እንድንሆን ተሰቃይቷል፡፡ የእርሱን ህይወት እናገኝ ዘንድ የእኛን ሞት እርሱ ሞቷል፡፡

ክርስቶስ የሰራውን ማወቅ ለተወሰኑ ሰዎች መፈታትን ሰጥቷቸዋል፡፡ ሌሎች ደግሞ ተጨማሪ እርምጃ መውሰድ አለባቸው፡፡ እርምጃዎቹም የሚከተሉት ናቸው፡፡

1. መንፈስ ቅዱስ የቆሰላችሁበትንና የተገለላችሁበትን ለይታችሁ እንድታውቁ እንዲረዳችሁ ማወቅ አለባችሁ፡፡

2. የጎዱአችሁን ሰዎች ይቅርታ ማድረግ አለባችሁ
3. አውዳሚ የሆኑትን የመጠላት፣ የቅሬታ ፣የመራርነት፣የጥላቻ ፣የአመጸኝነት ፍሬ የሆኑትን ከህይወታችን ማስወገድ አለብን
4. እግዚአብሔር በክርስቶስ እንደተቀበለህ እመንና አንተም ተቀበል
5. ራስህንም አንተነትህንም ተቀበለው

የመገለልና የመጠላት የመጀመሪያ ውጤቱ ከሌሎች ፍቅርን መቀበልና ወደ ሌሎች በማስተላፍ ግንኙነት መፍጠር ያለመቻል ነው፡፡ ስለዚህ ነው መለኮታዊ ፍቅር ለማግኘት መገለል ትልቁ እንቅፋት የሆነው፡፡ እግዚአብሔር በህይወታችን የሚሰራው ወደ መለኮታዊ ፍቅርና እውቀት ሊያመጣን ነው፡፡

እዚህ ላይ ለማመልከት የምፈልገው እግዚአብሔር ለእኛ ያለውን ፍቅር አይደለም፡፡ ነገር ግን በመጀመሪያ የእግዚአብሔር ፍቅር እንዴት ወደ ውስጣችን እንደፈሰሰና ከእኛ ደግሞ ወጥቶ ይኸው ፍቅር በስፋት ለዓለም እንደደረሰ ነው፡፡ በዚህ ሂደት ውስጥ ሁለት ተከታታይ የሆኑ ደረጃዎች አሉ፡፡ በመጀመሪያ የእግዚአብሔር ፍቅር ፈሰሰ፣ ከዚያ የእግዚአብሔር ፍቅር መስራት ጀመረ፡፡ የመጀመሪያው ደረጃ በጣም ከፍተኛ የሆነ መለኮታዊ ልምምድ ነው፡፡ ሁለተኛው ቀስ-በቀስ እየተሻሻለ እግዚአብሔርን ወደ መምሰል ባህሪ የሚሄድ ነው፡፡

እንዲህ ዓይነቱን መለኮታዊ ፍቅር ከሰዎች ፍቅር ልዩ መሆኑን ይገልጽልናል፡፡

በወጣትነቴ ጊዜ በተለይ የዊሊያም ሼክስፒር ጽሑፎች አድናቂ ነበርኩ፡፡ ደራሲው አትኩሮት ሰጥቶ ብዙውን ጊዜውን የጨረሰው በሁለት የሰው ልጆች ልምምዶች«በፍቅርና በሞት» ላይ ነበር፡፡ ፍቅር ከሞት ማምለጫ መንገድ ያዘጋጃል ብሎ ተስፋ ያደርግ ነበር፡፡

በረጅም ግጥሞቹ ውስጥ አንዲት ሴት «ጨለማዋ ሴት» የምትባል ብቅ ትላለች፡፡ በዚህ ግጥሙ ስለዚህች ሴት ሲጽፍ ሴትየዋ ያረጀች ብትሆንም ከከፍተኛ ፍቅሩ የተነሳ የማትሞት ሴት ያደርጋታል፡፡ ይህ ፍቅሩ ሊያደርግለት የሚቻለው ከፍተኛው ነገር ነው፡፡ ሴትየዋ ሞታ ልትሆን ትችላለች፤ግጥሙ ግን በማይሞተው ፍቅሩ ለአራት መቶ ዓመታት ቆይቷል፡፡ እኔም በዚሁ መንገድ ተጉዤ ነበር፡፡ ስለዚህ የእርሱን ችግር የተረዳሁ ይመስለኛል፡፡

ለሃያ አምስት ዓመታት በግጥም ውስጥ አንድ ቋሚ የሆነና የሚያረካ ነገር ለማግኘት ብዙ ፈልጌአለሁ ተመራምሬአለሁ፡፡ ስለ ዓለም ፍልስፍና ከደስታውና እንደዚሁም በማሰብና በመመራመር ላይ ስለሚያጋጥሙ ተግዳሮቶችንም ተመራምሬአለሁ፡፡ በጣም በተመራመርኩ ቁጥር እርካታዬ እየቀነሰ መጣ፤ምን እንደምፈልግ

አላውቅም ነበር፡፡ ጌታ ራሱን በገለፀልኝና በመንፈስ ቅዱስ ካጠመቀኝ በኋላ ከመቅጽበት የምፈልገው ይህንን እንደነበር አወቅሁ፡፡ ቤተክርስቲያን በመሄድ ለሃያ አምስት ዓመት ተከታትያለሁ ነገር ግን ማንም ስለዚህ አልነገረኝም፡፡ እግዚአብሔር በመጨረሻም እርካታን የሰጠኝ አስደናቂ የሆነ ፍቅር በልቤ ውስጥ አፍስሷል፡፡

አሁን ምን ሊሆን እንደሚችል ሰዎችን በእግዚአብሔር ፍቅር ስንወድ የሚከተለውን እናያለን፣እንመረምራለን፡፡ የሼክስፒርን ዓይነት ፍቅር ማይሆን የእግዚአብሔርን አስገራሚ ፍቅርበሮሜ ላይ እናነባለን«በመከራችን ደግሞ እንመካለን በተሰጠን በመንፈስ ቅዱስ የእግዚአብሔርን ፍቅር በልባችን ስለ ፈሰሰ ተስፋ አያሳፍርም» (ሮሜ5፡5)፡፡

የእግዚአብሔር ፍቅር በልባችን ስለፈሰሰ ተስፋ ወይም ፍቅር ቅር አይሰኝም፡፡ በእግዚአብሔር ላይ ስንደገፍ የእግዚአብሔር ሙሉ ፍቅር ስለሆነ እግዚአብሔር ምንም አያስቀርብንም ምንም ነገር አይዝብንም፣መንፈስ ቅዱስን ሲሰጠን ሁሉንም ነገር ያፈስልናል፡፡

በሁለተኛው የዓለም ጦርነት ጊዜ በእንግሊዝ የጦር ኃይል ውስጥ በረዳት ሃኪምነት ስሰራ ለአራት ዓመት ተኩል ያህል ውጭ ሀገር ነበርኩ፡፡ ብዙውን

ጊዜ በሰሜን አፍሪካ ለትንሽ ጊዜ ደግሞ በፓለስታይን ነበርኩ፣በሱዳን አንድ ዓመት ተቀምጫለሁ፡፡ ይህ ቦታ በጣም ደረቅ የሆነ በረሃ ነው፡፡ በሰው ዓይን ሲታይ ወይም በሰው አእምሮ ሲታሰብ ስለ ሱዳን ወይም ስለ ሱዳናውያን ማሰብ ፈጽሞ አያስፈልግም፡፡ በዚያን ጊዜ በመንፈስ ቅዱስ ተሞልቼ ስለነበር እግዚአብሔር ለእኔ እዚያ ቦታ እንዳለው አሣይቶኛል፡፡ ለሱዳናውያን መለኮታዊ የሆነ ፍቅር እንዲኖረኝ አደረገ፡፡

የወታደራዊ እዙ በሰሜን ሱዳን አትባራ በሚባል በአንድ የባህር መተላፊያ ቦታ መደበኝ፡፡ በዚያች ጣቢያ ሦስት አልጋ ላላት መለስተኛ የህክምና መስጫ ጣቢያ ኃላፊ ሆንኩ፡፡ ለወታደር ታካሚዎች በከተማዋ ካለው የሲቪል ዶክተር ጋር በመገናኘት አብሬ መስራት ጀመርኩ፡፡ በወታደርነት አገልግሎቴ ዘመን ለመጀመሪያ ጊዜ የራሴ አለቃ ሆንኩ፡፡ መጀመሪያ ጊዜ የምተኛበትን አልጋ አገኘሁ፡፡ በተጨማሪም በዚህ በበሽተኞች የመቀበያ ጣቢያ ከተሰጡኝ የህክምና ቁሳቁሶች መካከል ነጭ ረጅም የማታ ካፖርት ነበረበት፡፡ በዚያ በነበርኩበት ሦስት ዓመት ጊዜ በውስጥ በሱሪዬ ብቻ በመተኛት ነው ያሳለፍኩት፣ የማታ ልብስ አልነበረኝም በጣም ሰልችቶኝ ነበር፡፡ ስለዚህ በተሰጡኝ እቃዎች ተጠቀምኩ፣ የሌሊት ልብስ አገኘሁ፣ በአልጋ ላይ መተኛት ጀመርኩ፡፡

በአንድ ምሽት ለሱዳን ህዝብ እየማለድኩ ስፀልይ የእግዚአብሔር መንፈስ በእኔ ላይ መጣ ፀሎቴ በተፈጥሮ ስሜቴ የምጸልየው አልነበረም፡፡ በእግዚአብሔር መንፈስ ተገፋፍቼ ነበር የምፀልየው መተኛት አልቻልኩም፡፡ ከውስጤ በሚገፋፉኝ ነገር ተገድጄ ነበር የምፀልየው፡፡ ይህም የመንፈስ ቅዱስ ግፊት ነበር፡፡ በእኔ ማስተዋል ወይም ግፊት ተገፋፍቼ የምጸልየው ፀሎት አልነበረም፡፡ ከሁሉም በላይ ከፍ ባለ ሁኔታ የምፀልየው በመለኮታዊ ፍቅር ተሞልቼ ነበር፡፡

እኩለ ሌሊት ገደማ ከአልጋ ተነስቼ በቤት ውስጥ ወዲህና ወዲያ መዘዋወር ጀመርኩ፡፡ በድንገት ሳላስበው ነጩ ካፖርቴ ሲያብረቀርቅ አየሁ፣ በዚያች አጭር ጊዜ ከመቅፅበት ከትልቁ ከሰማይ ከመጣው ስለ እኛ ከሚማልደው ከኢየሱስ ጋር እንደተገናኘሁ ተገነዘብኩ፡፡

ከትንሽ ጊዜ ቆይታ በኋላ ወታደራዊ እዙ በቀይ ባህር ዳርቻ በጣም ኮረብታማ ወደ ሆነ መጥፎ ቦታ ወደ ምትገኝ ወደ አንዲት ትንሽ ሆስፒታል ተዛወርኩ፡፡ የአካባቢው ጎሳዎች ሃዱንዳዋ የሚባሉ ነበሩ፡፡ በጣም ክፉዎችና ከእስልምና በስተቀር ሌላ ሃይማኖት ያልነበራቸው ነበሩ፡፡ ከአንድ መቶ ዓመት በፊት ከ እንግሊዞች ጋር አጭር ጊዜ የፈጀ ጦርነት ያደረጉ ናቸው፡፡

ወታደሮች ጓደኞቼ ቅር ተሰኝተው ነበር፡፡ እኔ ግን በዚያ ቦታ ለስምንት ወር በህይወቴ የደስታ ጊዜ ነው ያሳለፍኩት ምክንያቱም እግዚአብሔር ለነዚያ ሰዎች ፍቅር ሰጥቶኝ ስለነበረ ነው፡፡ ውጤቱም የመጀመሪያው ሰው ሃዱና ጎሣዎች አባል በክርስቶስ እንዲያምን ወደ ጌታ ለማጣት ዕድል አግኝቼ ስለነበረ ነው፡፡ ያንን ቦታ ለቅቄ ሰውዬውንና ቦታውን ትቼ ስሄድ ልቤ በጣም ነው የተሰበረው፡፡

በሱዳን በቆየሁበት ጊዜ በትንሹ የፈሰሰው የእግዚአብሔር ፍቅር አይቻለሁ፡፡ ለእነዚያ ሰዎች የነበረውን ፍቅር ተለማምጄአለሁ፡፡ በኋላ ግን በህይወቴ የእግዚአብሔር ፍቅር እያደገ መሄድና ፍጹም መሆን እንዳለበት መገንዘብ ችያለሁ፡፡

በፓለስታይን ከአንድ ዓመት በኋላ ከመጀመሪያ ሚስቴ ከሊዲያ ስንገናኝ የምታሳድጋቸውንም ሴት ልጆች ለመጀመሪያ ጊዜ ሳያቸው እግዚአብሔር እንደገና ልቤን በአስደናቂ ፍቅር ሞላው፡፡ በዚያን ጊዜ እኔም ሆንኩ ሊዲያ ስለ ጋብቻ ምንም ዓይነት ሃሳብ አልነበረንም ነገር ግን በመጨረሻ ተጋባን፡፡ እግዚአብሔር አሁንም ደግሞ መለኮታዊ ፍቅሩን በልቤ ውስጥ አፈሰሰው፡፡ ነገር ግን መሆን ወደሚገባኝ ደረጃ አልደረስኩም ነበር፡፡ ራስ-ወዳድ፣ብስጩ፣ትዕግስት የሌለኝ እንዲሁም ለእግዚአብሔር በማይመቹ በሌሎች ባህርያት

ተይገፎ ነበር፡፡ ማናቸውም የክርስቶስን ጠባይ ምሳሌ ሊሆኑ የማይችሉ ነበሩ፡፡

ከ እግዚአብሔር የፈሰሰው መለኮታዊ ፍቅር አስደናቂ እንደሆነ ተረዳሁ፡፡ ጠባያችንን ለማስተካከል ደግሞ ከዚያም በላይ መለኮታዊ ፍቅር ሊፈስስ ያስፈልጋል፡፡ እግዚአብሔር በመለኮታዊ ፍቅሩ ጠባያችንን ከማስተካከሉም በላይ ባለማቋረጥ ፍቅሩን ወደ ምንገልጽበት ደረጃ ሊያመጣን ይፈልጋል፡፡ ረጅም ጊዜ የሚወስድ ሂደት ነው፡፡ በዚህ ሂደት ውስጥ እንድናልፍ የእግዚአብሔር ትዕግስት ያስፈልገናል፡፡ በዚህ የጠባይ ማስተካከያ ሂደት ውስጥ የእግዚአብሔር ድንቅ ቃል ትልቁና ጠቃሚውን ቦታ ይይዛል፡፡

አውቄዋለሁ የሚል ትዕዛዛቱንም የማይጠብቅ ውሸተኛ ነው፡፡ እውነትም በእርሱ ውስጥ የለም፡፡ ቃሉን ግን የሚጠብቅ ሁሉ በእርሱ የእግዚአብሔር ፍቅር በእውነት ተፈፅሟል፡፡ በእርሱ እንዳለን በዚህ እናውቃለን፡፡ በእርሱ እኖራለሁ የሚል እርሱ እንደተመላለሰ ራሱ ደግሞ ሊመላለስ ይገባዋል (1ዩሐ 2፡4-6)፡፡

ተመልከቱ እነዚህ ቁጥሮች የእግዚአብሔርን መንፈስ ሳይሆን የእግዚአብሔር ቃልን ነው

የሚጠቅሱት፡፡ ስለ መለኮታዊ ልምምድ አይደለም የምናየው፡፡ የእግዚአብሔርን ቃል በመታዘዝ ቀስ በቀስ ጠባያችን እንዴት እንደሚያድግ ነው፡፡ የክርስቶስን ምሪት በታማኝነት ከተከተልን ከ እርሱ ጋር በመሄድ እርሱ እንዳደረገው ለ እግዚአብሔር ቃል በመታዘዝ የእግዚአብሔር ፍቅር ቀስ-በቀስ ወደ ፍፁምነትና ብስለት ያመጣናል፡፡

ያ ቁጥር ልክ ሁለት ፊት እንዳለው ሳንቲም ነው፡፡ በአንዱ በኩል ለ እግዚአብሔር ያለን ፍቅር ማረጋገጫው ቃሉን መታዘዛችን ነው፤ ለቃሉ ሳንታዘዝ እግዚአብሔርን እንወዳለን ብለን ብናውጅ ከንቱ ነው፡፡ በሳንቲሙ በሌላው ፊት ደግሞ እግዚአብሔር በእኛ ጠባይ ላይ ፍቅሩ የሚሰራው ቃሉን ስንታዘዝ ነው፡፡ እነዚህ ሁለቱ ሊለያዩ የሚችሉ አይደሉም፡፡ ምክንያቱም አንድ ሙሉ ነገር ስለሚፈጥሩ ነው፡፡

እንደ ሐዋርያው ጴጥሮስ አገላለጽ ጥሩ ጠባይን ለማስተካከልና ለማሳደግ ሰባት ተከታታይ ደረጃዎች አሉት፡፡

ስለዚህም ምክንያት ትጋትን ሁሉ
እያሳያችሁ በእምነታችሁ በጎነትን
ጨምሩ፡፡ በበጎነትም እውቀትን፤
በእውቀትም ራስን መግዛት፤
ራስንም በመግዛት መጽናትን
በመጽናትም እግዚአብሔርን

መምሰል፣ እግዚአብሔርን በመምሰል የወንድማማች መዋደድ፣ በወንድማማችም መዋደድ ፍቅርን ጨምሩ (2 ጴጥ1፡5-7)፡፡

ከመሠረቱ እንጀምራለን «ስለዚህም ምክንያት ትጋትን ሁሉ እያሳያችሁ በእምነታችሁ በጎነትን ጨምሩ» እግዚአብሔር ሁሉንም ነገር የሚጀምረው በእምነት ነው፡፡ ሌላ የመነሻ ቦታ የለውም፡፡ በጎነት የክርስቲያን መለያ ነው፡፡ ክርስቲያን በማንኛውም ነገር ዝርክርክ መሆን የለበትም፡፡ ከመዳንህ በፊት የጽዳት ሰራተኛ ከሆንክ አሁን ደግሞ የተሻለ የጽዳት ሰራተኛ ሁን፡፡ በፊት አስተማሪ ከነበርክ ከአሁን በኋላ የተሻለ አስተማሪ ሁን፡፡ ከአሁን በፊት ነርስ ከነበርክ አሁን ደግሞ የተሻለ ነርስ ሁን፡፡ በእምነታችን ላይ በጎነታችንን መጨመር አለብን፡፡

ለአምስት ዓመታት ያህል በኬንያ ውስጥ በአንድ የመምህራን ማሰልጠኛ ኮሌጅ ዳይሬክተር ነበርኩ፡፡ ዋና ዓላማዬ ተማሪዎችን ወደ ክርስቶስ ለማምጣት ነበር፡፡ ክርስቶስን አምነው በመንፈስ ቅዱስ ሲሞሉ እንዲህ ይሉኝ ነበር፣«አሁን ክርስቲያን ስለሆንን ከእኛ ብዙ ነገር አትጠብቅም፡፡ እኔ ደግሞ ተቃራኒ የሆነ መልስ ነበር የምሰጣቸው «ከእናንተ አሁን ብዙ ነገር ነው የሚጠበቅባችሁ» እላቸው ነበር፡፡ «ካለክርስቶስ ጥሩ አስተማሪ ከነበራችሁ አሁን ክርስቲያን ስትሆኑና በመንፈስ ቅዱስ ስትሞሉ

ሁለት እጥፍ ነው የሚጠበቅባችሁ፡፡ ከእናንተ ብዙ ነው የምጠብቀው ትንሽ አይደለም» እላቸው ነበር፡፡

እግዚአብሔር ያደረግሁትን ጥረት አከበረ፡፡ በሦስተኛው ዓመት የዚያ ኮሌጁ ኃላፊ ሆንኩ፡፡ ተመራቂ ተማሪዎቹ ሃምሳ ሰባት ወንድና ሴት ተማሪዎች ነበሩ፡፡ እያንዳንዱ ተማሪ ሁሉንም ትምህርት አለፈ የኬንያ መንግስት የትምህርት ዲፓርትመንት ተወካይ በጣም አመሰገነኝ፡፡ የመምህራን ኮሌጅ ጎብኝቶ በግልም እንኳን ደስ አለህ አለኝ እስካሁን ባለን ሪኮርድ እንዲህ ዓይነት ውጤት አላየንም አለ፡፡

ይህም ሊሆን የቻለው መጽሐፍ ቅዱስ የሚፈልገውን በጎነት ስለተከተልኩ ነው፡፡ የፈተኛ ውጤታችን ዓለማዊ የሆኑት ባለስልጣኖች ከማንኛውም ዓይነት ከምሰጣቸው መመሪያዎች የበለጠ ክርስትና ለስንፍና ቦታ የሚሰጥ አይደለም፡፡ ሰነፍና ዝርክርክ የሆነው ክርስቲያን እምነቱን ክዷል ማለት ነው፡፡

በበጎነት ላይ ዕውቀትን ጨምሩ፡፡ ይህ ማለት የእግዚአብሔርን ፈቃድና ቃሉን ማወቅ ነው፡፡ዓለማዊ ዕውቀት ሙያህን ለማዳበር ይረዳል፡፡ ከሁሉም የበለጠው ግን የእግዚአብሔርን ፈቃድ ለህይወትህ በሁሉም ነገር ምን እንደሆነ መማር ነው፡፡ ይህንንም ማወቅ የሚቻለው የእግዚአብሔርን ቃል በማጥናት ነው፡፡

በዕውቀት ላይ ራስን መግዛት ጨምሩ፡፡ ጠባይህን ስታሣድግ ራስህን መቆጣጠር፣ስሜቶችህን መቆጣጠር፣ የምትናገረውን ቃል መቆጣጠር፣ ፍላጎቶችህን መቆጣጠር፣የሚገፋፋህን ክፉ ነገሮች መቆጣጠር ነው፡፡

ራስን በመግዛት ላይ መጽናትን ከዚህ ጋር ተጣበቅ፡፡ መጽናትን ካልተለማመድህና ካላወቅህ ወደሚቀጥለው ደረጃ ለመሸጋገር አስቸጋሪ ነው፡፡ ተስፋ ቆርጠህ ትተዋለህ፡፡ ከመጽናት ጋር እግዚአብሔርን መምሰል ወይም መቀደስ ማሣደግ የሚቻለው መንፈስ ቅዱስ ሁሉንም ነገሮችን እንዲቆጣጠር ስንፈቅድለት ነው፡፡

እግዚአብሔርን በመምሰል የወንድማማች መዋደድ፡፡ ይህ ለዓለም የምንመሠክርበት የጋራ መለያችን ነው፡፡

  እርስ በርሳችሁ ፍቅር ቢኖራችሁ ደቀመዛሙርቴ እንደሆናችሁ ሰዎች ሁሉ በዚያ ያውቃሉ ዩሐ13፡35)፡፡

የወንድማማች መዋደድ መለኮታዊ ፍቅር ነው፡፡ ይህ እውነተኛ የሆነ እግዚአብሔር ለእኛ ያለው ፍቅር ነው፡፡ የተጀመረውም መንፈስ ቅዱስ የእግዚአብሄርን ፍቅር በልባችን ውስጥ ሲያፈሰው ነው፡፡ በወንድማማች መዋደድና በመለኮታዊ ፍቅር ያለው ልዩነት እኛ የምንወዳቸው ሰዎች

በሚያደርጉልን ፍቅርና አቀባበል ላይ ይወሰናል፡፡ በ ወንድማማች መዋደድ የሚወዱንን ክርስቲያኖች እንወዳለን፡፡ በመለኮታዊ ፍቅር ደግሞ የሚጠሉንን እንወዳለን፡፡ የሚያሣድዱንን፣ በአጠቃላይ ፍቅር የሌላቸውን እንድንወዳቸው የማያስፈልጉንን እንወዳለን፡፡

ይህ ወደ መጀመሪያው ርዕሳችን ወደ መድልዎና መገለል ያመጣናል፡፡ ከዚህ ቁስል ስለመዳንህ ማስረጃው ምንድን ነው? እግዚአብሔር የጠላህን ሰው እንድታፈቅረው መለኮታዊ ፍቅር ሊሰጥህ ይችላልን? ወደማያፈቅርህ ቤተሰብ ወይም ወላጅ ዘንድ ሄደህ እንዲህ ልትለው ትችላለህ? «እወድሃለሁ» ለተውካት/ለተውሺው የቀድሞ ፍቅረኛ ወይም እጮኛ በመፀለይ የእግዚአብሔር በረከት በእነርሱ ላይ እንዲሆን ትፀልያለህን? ይህንን ማድረግ በዓለም ላይ የተለመደ አይደለም፤ ነገር ግን የእግዚአብሔር ፍቅር ከሁሉም ነገር የሚያልፍ መለኮታዊ ፍቅር ነው፡፡ በጥረታችን ልናገኘው ከምንችለው ነገር ሁሉ በላይ ነው፡፡

ይህ ምናልባት ከመገለል ከክህደትና ኃፍረት ቁስል ፈውስ በኋላ የሚመጣ ከበረከቶች ሁሉ በላይ የሆነ በረከት ነው፡፡ እንዳንተ ለቆሰሉት ለሌሎች የእግዚአብሔር የፍቅር ዕቃ ትሆናለህ፡፡

የጀርባ ሽፋን ገጽ

ከእንግዲህ ወዲህ አትገለልም! አትተውም! እግዚአብሔር ለመገለልና ለመድልዎ መፍትሄ አለው፡፡ በሰዎች መገለልና መድልዎ፣ጥላቻ የተለመዱ ናቸው፡፡ ነገር ግን ዘላለማዊ የሆነ ጠባሳ ቁስል ትተው ያልፉሉ፡፡ ደራሲው ዴሬክ ፕሪንስ መድልዎና መገለል እንዴት የብዙ ችግሮች ሥረ-መሠረት እንደሆኑ ያሣያሉ፡፡ ተጨባጭ የሆነ መገለል ከሰዎች ጋር ለመግባባት የሚያጋጥም ችግር አመፅኝነት፣ድብርት የመሳሰሉት ናቸው፡፡ በህብረተሰባችን ውስጥ በሚሊዮን የሚቆጠሩ ሰዎችን መድልዎና መገለል በተለያዩ ምክንያቶች አጋጥሟቸዋል፡፡

- ፍቺ
- ድህነት
- በህፃናት የሚደርስ ጥቃት
- ጥሎ መሄድ
- በወላጆች መገለል
- በአደባባ በሚደርስ ውርደት
- ያልተፈለገ እርግዝና
- በትምህርት ቤት ወይም በሥራ ቦታ ስኬት ማጣት
- በወላጆች ዘንድ ያለመፈለግ

እግዚአብሔር እናንተን ከተለያዩ ቁስሎቻችሁ የሚፈውስበትን መንገድ አዘጋጅቶአል፡፡

በእግዚአብሔር ቤተሰብ በሙሉና በራሱም ተቀባይነት እንዲኖራችሁ አድርጓል፡፡ በልባችሁ የእግዚአብሔርን መፍትሄ እንዴት እንደምትቀበሉና መገለልና መድልዎ ያደረሰባችሁን ቁስል ለዘላለም እንድትረሱ ትማራላችሁ፡፡ «እርሱ ራሱ አልተውህም፣ አልጥልህም ብሏል» (ዕብ 13፡5)፡፡

ስለ ደራሲው

ዴሬክ ፕሪንስ እ.ኤ.አ (ከ1915-2003) በህንድ አገር ባንጋሎሬ በተባለ ቦታ በአንድ የወታደር ቤተሰብ ውስጥ ተወለዱ፡፡ በግሪክ ፣ላቲን፣ሂብሩ፣አረማይክ ቋንቋዎች በካምብሪጅ ዩኒቨርሲቲና ኢተን ኮሌጅ ቀጥሎ በእስራኤል ሀገር ሂብሩ ዩኒቨርሲቲ የተማሩ ምሁር ናቸው፡፡

ፕሪንስ ተማሪ በነበሩበት ጊዜ ፊሎሶፊርና ራሳቸውን ዓምላክ የለሽ(ኤቲስት) ብለው ይጠሩ ነበር፡፡ በካምብሪጅ በኢተን ኮሌጅ ውስጥ በጥንትና በዘመናዊ ፍልስፍና ተቀዳሚ ምሁር ነበሩ፡፡

በሁለተኛው የዓለም ጦርነት በእንግሊዝ ጦር ውስጥ በህክምናው ቡድን ሲያገለግሉ በነበሩበት ጊዜ ፕሪንስ እንደ ፊሎሶፊ ስራ አድርገው መጽሐፍ ቅዱስን ማጥናት ጀመሩ፡፡

በድንገት በኢየሱስ ክርስቶስ ኃይል ተነክተው ኢየሱስን ከተቀበሉ ከጥቂት ቀናት በኋላ በመንፈስ ቅዱስ ተጠመቁ፡፡ ከዚህ ህይወትን የሚቀይር ክስተትና ልምምድ በኋላ መጽሐፍ ቅዱስን እንደ እግዚአብሔር ቃል በማጥናትና በማስተማር ጊዜያቸውን ሰጡ፡፡

በ1945 ዓ.ም ከወታደራዊው አገልግታቸው ከተሰናበቱ በኋላ የህፃናት ማሳደጊያ ቤት

መሥራችና ኃላፊ ከሆናቸው ከሊዲያ ካራይስተንሰን ጋር ጋብቻቸውን መሠረቱ፡፡ ወዲያው እንደተጋቡ ሊዲያ ለምታሳድጋቸው ስምንት ልጆች አባት ሆኑ፡፡የማደጎ ልጆች ስድስቱ አይሁዳዊያን ሲሆኑ አንዷ የፓለስታይን አረብ ስትሆን አንደኛዋ ደግሞ እንግሊዛዊት ልጅ ነበረች፡፡ ቤተሰቡ በአንድነት በ1948 ዓ.ም እስራኤል ስትወለድ የተመለከቱ ነበሩ፡፡ በ1950ዎቹ ፕሪንስ በኬንያ የአንድ ኮሌጅ ዳይሬክተር ሆነው ሲሰሩ የፕሪንስ ቤተሰቦች ሌላ አንድ ተጨማሪ ልጅ ተቀበሉ፡፡

በ1963 ዓ.ም ፕሪንስ ወደ አሜሪካ ገብተው በሲያትል ከተማ የአንድ ቤተክርስቲያን እረኛ ሆኑ፡፡ በወቅቱ የአሜሪካን ፕሬዘዳንት የነበሩት ጆን-ኤፍ-ኬኔዲ ግድያ ተደናግጠው አሜሪካዊያኖችን ስለ ሀገራቸው እንዲማልዱ ማስተማር ጀመሩ፡፡ በ1973 ዓ.ም ለአሜሪካ በጸሎት የሚማልዱ ቡደኖች መሥራች ሆኑ፡፡ (Shaping History through prayer and fasting) የሚለው መጽሐፋቸው በዓለም ያሉ ክርስቲያኖች ለመንግስታቸውና ለሃገራቸው እንዲጸልዩ ሃላፊነት እንዳለባቸው እንዲረዱ መነቃቃትን የፈጠረ ነበር፡፡ በሩሲያ በምስራቅ ጀርመንና በቼኮዝላባኪያ በሚስጥር የተተረጎመው መጽሐፍ ለነዚህ ኮሚኒስት አመራሮች መውደቅ አስተዋጽኦ አድርጓል፡፡

ሊዲያ ፕሪንስ በ1975 ዓ.ም ስትሞት ዴሬክ ሩት ቤከርን በ1978 ዓ.ም አገቡ። ሊዲያ ፕሪንስ ለሦስት የማደጎ ልጆች ብቸኛ እናት ነበረች። ከሁለተኛዋ ሚስታቸው ጋር ከሊዲያ የተገናኙት ልክ እንደመጀመሪያ ሚስታቸው ነበር። ከ1981 ጀምሮ በኖሩበት በኢየሩሳሌም ጌታን ሲያገለግሉ ሩት በዲሴምበር 1998 ያረፈችው።

ዴሪክ ፕሪንስ እግዚአብሔር በጠራቸው አገልግሎት በትጋት በማገልገልና በዓለም ላይ ወደ ተለያዩ ቦታዎች በመዘዋወርና የእግዚአብሔርን እውነታ በመግለጽ፣ ለታመሙትና ለተሰቃዩት በመጸለይ፣ በዓለም ላይ ስለሚከሰተው ነገር በመጽሐፍ ቅዱስ ተደግፈው ትንታዊ መልዕክት በማስተላለፍ ብዙዎችን አገልግዋል።

በዓለም ላይ የተሰራጩና በስልሳ ቋንቋዎች የተተረጎሙ ከአርባ አምስት በላይ የሚሆኑ መጻሕፍት ጽፈዋል። ከትውልድ ወደ ትውልድ በሚተላለፍ መርገም ላይና ከአጋንንት ነፃ በመውጣት ላይ ግምባር ቀደም አስተማሪና ፀሐፊ ናቸው። ስለ እሥራኤልና ከአጋንንት ነጻ ስለመውጣት የመጀመሪያው ፀሐፊና አስተማሪ ናቸው።

የዴሬክ ፕሪንስ የአገልግሎት ድርጅት ዋና መስሪ ቤቱ በቻርሎቴ በሰሜን ካሮሊና ሲሆን የዴሪክን ትምህርቶች ወደ ተለያዩ ሐገራት በማሰራጨትና

ሚሲዮናዊያንና የቤተክርስቲያን መሪዎችን በዓለም ላይ በሚገኙ ቅርንጫፍ ድርጅቶቹ አማካኝነት በማሰልጠን ላይ ይገኛል፡፡ KEYS TO SUCCESSFUL LIVING የሚለው የሬዲዮ ፕሮግራም በ1979 የተመሠረተ ሲሆን ከአሥራ ሁለት በላይ በሆኑ ቋንቋዎች ተተርጉሞ ይተላለፋል፡፡

ግምቶች እንደሚያሳዩት የዴሪክ ፕሪንስ ግልጽ የሆነ ትምህርት የማንኛውንም ቤተ-እምነት የማይወግን በመሆኑ የዓለምን ግማሽ አዳርሷል፡፡

ዴሬክ ፕሪንስ በዓለም ላይ የታወቁ የመጽሐፍ ቅዱስ ምሁርና ታላቅ መንፈሳዊ አባት እንደሆኑ ይታወቃል፡፡ በዴሬክ ፕሪንስ የተመሠረተው አገልግሎት ስድስት ክፍለ ዓለማትን ያዳረሰና ለስልሳ ዓመታት አገልግት የሰጠ ነው፡፡

በ2003 ዓ.ም ፕሪንስ የእግዚአብሔርና የእኔ ምኞት ከስልሣ ዓመት በፊት ጌታ በእኔ የጀመረው አገልግሎት ጌታ እስኪመጣ ድረስ እንዲቀጥል ነው የምፈልገው ብለዋል፡፡

www.ingramcontent.com/pod-product-compliance
Lightning Source LLC
Chambersburg PA
CBHW071316040426
42444CB00009B/2027

* 9 7 8 1 7 8 2 6 3 1 9 3 4 *